ആഹാര്യാഭിനയം

aaharyabhinayam
bharathamuniyude natyasasthrathilninnum
chamayangalude savisheshalokathepatti
study

•

dr. t g shylaja

•

first edition
september 2019

•

typesetting & published
chintha publishers, thiruvananthapuram

•

cover
vinod mangoes

വിതരണം

ദേശാഭിമാനി ബുക്ക് ഹൗസ്
H O തിരുവനന്തപുരം-695 035
phone: 0471-2303026, 6063026
www.chinthapublishers.com
chinthapublishers@gmail.com

ബ്രാഞ്ചുകൾ

ഹെഡ്ഡാഫീസ് ബ്രാഞ്ച് കുന്നുകുഴി • സ്റ്റാച്യു തിരുവനന്തപുരം • കെ എസ് ആർ ടി സി ബസ് സ്റ്റേഷൻ ആലപ്പുഴ • കെ എസ് ആർ ടി സി ബസ് സ്റ്റേഷൻ എറണാകുളം • മച്ചിങ്ങൽ ലെയ്ൻ തൃശൂർ • ഐ ജി റോഡ് കോഴിക്കോട് • മാവൂർ റോഡ് കോഴിക്കോട് • എൻ ജി ഒ യൂണിയൻ ബിൽഡിങ് കണ്ണൂർ • സെൻട്രൽ ബസ് ടെർമിനൽ കോംപ്ലക്സ് താവക്കര കണ്ണൂർ

CO - 2857 / 5124
ISBN - 978-93-89410-18-1

ആഹാര്യാഭിനയം

ഭരതമുനിയുടെ നാട്യശാസ്ത്രത്തിൽനിന്നും ചമയങ്ങളുടെ സവിശേഷലോകത്തെപ്പറ്റി പഠനം

ഡോ. ടി ജി ശൈലജ

ചിന്ത പബ്ലിഷേഴ്സ്
തിരുവനന്തപുരം-695 035

ഡോ. ടി ജി ശൈലജ

തൃശൂരിലെ അന്തിക്കാട് ഗ്രാമത്തിൽ 1959 മാർച്ചിൽ ജനനം. അച്ഛൻ ടി എസ് ഗോവിന്ദൻ. അമ്മ വി എസ് ജാനകി.

അന്തിക്കാട് ഹൈസ്കൂൾ, ഗുരുവായൂർ സാഹിത്യ ദീപിക സംസ്കൃത വിദ്യാപീഠം എന്നിവിടങ്ങളിൽ വിദ്യാഭ്യാസം. രാഷ്ട്രീയ സംസ്കൃത സംസ്ഥാൻ, ന്യൂഡൽഹിയിൽനിന്ന് പി എച്ച് ഡി ബിരുദം.

വടക്കൻ പറവൂർ എസ് എൻ വി സംസ്കൃത സ്കൂൾ, തലശ്ശേരി ഗവൺമെന്റ് ബ്രണ്ണൻ കോളേജ്, തൃശൂർ ഗവൺമെന്റ് കോളേജ്, കാസർകോഡ് ഗവൺമെന്റ് കോളേജ്, കാര്യവട്ടം ഗവൺമെന്റ് കോളേജ് എന്നിവിടങ്ങളിൽ സംസ്കൃതാദ്ധ്യാപികയായിരുന്നു. 2015 മാർച്ചിൽ ചവറ ഗവൺമെന്റ് കോളേജിൽ പ്രിൻസിപ്പൽ ആയിരിക്കെ സർവ്വീസിൽ നിന്നും വിരമിച്ചു. *ഭാരതീയ കാവ്യശാസ്ത്ര നിഘണ്ടു* ഡോ. ശൈലജയുടെ പ്രധആനപ്പെട്ട കൃതിയാണ്.

രസവികൽപ്പവും ഭാവവ്യഞ്ജകവും എന്ന പേരിൽ *നാട്യശാസ്ത്ര*ത്തിന്റെ രണ്ട് അദ്ധ്യായങ്ങളും *നാട്യപ്രയോഗങ്ങൾ* എന്ന പേരിൽ മൂന്ന് അദ്ധ്യായങ്ങളും വിവർത്തനം ചെയ്ത് പ്രസിദ്ധീകരിച്ചിട്ടുണ്ട്.

ഭർത്താവ് : പി വി രവിശങ്കർ

മക്കൾ : ലക്ഷ്മി, ഹരികൃഷ്ണൻ

വിലാസം : ശ്രീനിധി, 33/350,
വട്ടിയൂർക്കാവ് പി ഒ.,
തിരുവനന്തപുരം

ഫോൺ : 9995411655

പ്രസാധകക്കുറിപ്പ്

കഥാപാത്രത്തിന്റെ നിലയ്ക്കും സന്ദർഭത്തിനും സ്ഥായിക്കും യോജിച്ച വിധമുള്ള വേഷഭൂഷാദികൾ ആകൃതിയിലും നിറത്തിലും ഉണ്ടാക്കി അണിയിക്കുന്നതിൽനിന്നാണ് ആഹാര്യാഭിനയം ഉത്ഭൂതമാകുന്നത്. ഇത് ആംഗികാഭിനയത്തിന്റെ മാറ്റ് കൂട്ടുന്നു. ഭരതമുനിയുടെ പ്രകൃഷ്ട കൃതിയായ *നാട്യശാസ്ത്ര*ത്തിന്റെ ഇരുപത്തിമൂന്നാം അദ്ധ്യായത്തിന്റെ പദവും വ്യാഖ്യാനവുമാണ് ഈ കൃതി. അഭിനയകലയിൽ താല്പര്യമുള്ള ആർക്കും ഈ ഉത്തമകൃതി സ്വന്തമായി കരുതാം. ഏറെ സന്തോഷത്തോടെയാണ് ഡോ. ടി ജി ശൈലജയുടെ ഈ കൃതി ഞങ്ങൾ പ്രസിദ്ധീകരിക്കുന്നത്.

ചിന്ത പബ്ലിഷേഴ്സ്

ആമുഖം

അഭിനയകലയുടെ ശാസ്ത്രത്തെ പ്രതിപാദിക്കുന്ന അനശ്വരഗ്രന്ഥ മാണ് *നാട്യശാസ്ത്രം.* നാട്യത്തിന്റെ ശാസ്ത്രം എന്ന് പറയാമെങ്കിലും കലയും സാഹിത്യവുമായി ബന്ധപ്പെട്ട് വരുന്ന എല്ലാ വിഷയങ്ങളും ഇതിൽ വിശദമായി പ്രതിപാദിച്ചിട്ടുണ്ട്. മുപ്പത്താറ് അദ്ധ്യായങ്ങളിലായി ഇതിൽ വ്യാപിച്ചുകിടക്കുന്ന വിഷയങ്ങളുടെ വൈവിദ്ധ്യവും ആധികാരി കതയും കണക്കിലെടുത്ത് നാട്യശാസ്ത്രത്തെ 'പഞ്ചമവേദം' എന്ന് കണക്കാക്കിയിട്ടുണ്ട്.

നാട്യത്തിൽ ഉൾപ്പെടുന്ന വിഷയങ്ങളെ സംഗ്രഹിച്ച് നാട്യസംഗ്രഹം എന്ന പേരിൽ പതിമൂന്ന് ഉപായങ്ങളെ ഭരതമുനി നിർദ്ദേശിച്ചിട്ടുണ്ട്. അവ രസം, ഭാവം, അഭിനയം, ധർമ്മി, വൃത്തി, പ്രവൃത്തി, സിദ്ധി, സ്വരം, ആതോദ്യം, ഗാനം, പ്രകൃതി, ഉപചാരം, മണ്ഡപം എന്നിവയാണ്. ഇവ യ്ക്ക് ഓരോന്നിനും പല വിഭാഗങ്ങളുണ്ട് .

ഇതിൽ അഭിനയം നാലുവിധത്തിൽ ഉണ്ട്. അവ വാചികം, ആംഗികം, സാത്വികം, ആഹാര്യം എന്നിവയാണ്. വാചികം എന്ന അഭിനയവിഭാഗം കാവ്യനാടകാദികളിൽ എല്ലാത്തിനും കാരണമായിത്തീരുന്ന കവിയുടെ വാക്കു തന്നെയാണ്. വാക്ക് നാട്യത്തിന്റെ ശരീരമാണ്, ഒപ്പം അത് അഭി നയവുമാണ്. ആംഗികാഭിനയമെന്നാൽ ശരീരാവയവങ്ങൾകൊണ്ടുള്ള അഭിനയമാണ്. ഭാഷ അറിയാത്തവർക്കുപോലും ഇത് മനസ്സിലാകുന്നു. ആംഗികാഭിനയത്തിന് മുഖാഭിനയം, ശരീരാഭിനയം, ചേഷ്ടാഭിനയം എന്നി ങ്ങനെ മൂന്ന് വിഭാഗങ്ങളുണ്ട്. അനേകം വാക്കുകൾകൊണ്ട് പറയേണ്ട ഒരു കാര്യം ഒരു നോട്ടംകൊണ്ടോ അംഗചലനംകൊണ്ടോ പ്രകാശിപ്പി ക്കാനാകും. സാത്വികാഭിനയമാണ് അഭിനയത്തിൽ ഏറ്റവും പ്രധാന പ്പെട്ടത്. മനസ്സ് ഏകാഗ്രമായിരുന്നാൽ മാത്രം ചെയ്യാനാവുന്ന അഭിനയ

മാണിത്. കഥാപാത്രത്തിനു വേണ്ട വികാരങ്ങളെ ഉചിതമായ തരത്തിൽ പ്രകാശിപ്പിക്കുക എന്നതാണ് സാത്വികാഭിനയം. ആഹാര്യാഭിനയമാകട്ടെ യവനിക ഉയരുന്നതിനു മുമ്പ് അരങ്ങിലും നടന്മാരിലും നാടകത്തിന് അനുയോജ്യമായ തരത്തിൽ വരുത്തേണ്ട ചമയങ്ങളാണ്.

ഇരുപത്തിമൂന്നാം അദ്ധ്യായം മാത്രമാണ് ആഹാര്യാഭിനയത്തെക്കുറിച്ച് വിവരിക്കാൻ ഭരതമുനി മാറ്റിവെച്ചിട്ടുള്ളത്. വേഷഭൂഷാദികളെ അവലംബിച്ചുകൊണ്ട് നടന് കഥാപാത്രവുമായി തന്മയത്വം കൈവരുത്തുന്നത് ആഹാര്യം കൊണ്ടാണ്. അണിയറയിൽ വെച്ചുതന്നെ ചെയ്യേണ്ട ഈ വേഷപ്പകർച്ചകൾ നാട്യത്തിന്റെ വിജയത്തിന് അനുപേക്ഷണീയമാണ്. ഇതിൽ വരുത്തുന്ന പിഴവുകൾ നാട്യത്തെ പരാജയത്തിൽ കൊണ്ടെത്തിക്കും. അതുകൊണ്ടുതന്നെയാണ് സാമാന്യാഭിനയപ്രയോഗത്തിന്റെ ഭിത്തിസ്ഥാനീയമാണ് ആഹാര്യം എന്ന് അഭിനവഗുപ്തൻ അഭിപ്രായപ്പെട്ടത്.

ആഹാര്യാഭിനയത്തെ പുസ്തം, അലങ്കാരം, അംഗരചന, സജ്ജീവം എന്നിങ്ങനെ നാലായി തിരിക്കാം. അതിൽ പുസ്തം എന്നു പറയുന്നത് നാട്യപ്രയോഗത്തിനുവേണ്ടി നിർമ്മിക്കുന്ന പർവ്വതം, വാഹനങ്ങൾ, വിമാനം, ധ്വജം, നാഗം എന്നിവയുടെ പ്രതിരൂപങ്ങളാണ് . നാട്യത്തിൽ അവയവങ്ങൾക്കു ചേരുന്ന വിധത്തിൽ മാല, മറ്റനേകം ആഭരണങ്ങൾ, വസ്ത്രവിശേഷങ്ങൾ എന്നിവ അണിയുന്നതിനെയാണ് അലങ്കാരം എന്ന് പറയുന്നത്. അവയവങ്ങൾക്കും മുഖത്തിനും മറ്റും രൂപവ്യത്യാസമുണ്ടാക്കുന്ന തരത്തിൽ നിറങ്ങളുപയോഗിച്ച് നടന്മാരുടെ വേഷപരിവർത്തനം വരുത്തുന്നതിനെയാണ് അംഗരചന എന്നു പറയുന്നത്. ജീവനുള്ള ജന്തുക്കളുടെ പ്രവേശനത്തെയാണ് സജ്ജീവം എന്നു പറയുന്നത്.

പൊയ്മുഖങ്ങൾ, പല തരത്തിലുള്ള ആഭരണവിശേഷങ്ങൾ, പല നിറങ്ങളിലുള്ള ചായക്കൂട്ടുകൾ, ഓരോരോ കഥാപാത്രത്തിന്റേയും മുഖത്തിന് നിറം കൊടുക്കുന്നതിനുള്ള നിർദ്ദേശങ്ങൾ, മീശ വെക്കുന്നതിൽ കൈക്കൊള്ളേണ്ട പ്രത്യേകതകൾ, ശുദ്ധം, ചിത്രം, മലിനം എന്നിങ്ങനെയുള്ള വേഷഭേദങ്ങൾ, പലതരം ആയുധങ്ങൾ, വാഹനങ്ങൾ എന്നിങ്ങനെ ഒട്ടേറെ കാര്യങ്ങളെക്കുറിച്ച് ഈ അദ്ധ്യായത്തിൽ വിവരിക്കുന്നുണ്ട്. നാട്യോപയോഗിയായിട്ടുള്ള ഉപകരണങ്ങളുടെ നിർമ്മാണരീതിയെക്കുറിച്ചും മുനി വ്യക്തമാക്കുന്നുണ്ട്.

സ്ത്രീകൾക്കും പുരുഷന്മാർക്കും അണിയേണ്ട അലങ്കാരങ്ങളെക്കുറിച്ച് വിശദമായി ഇതിൽ പ്രതിപാദിച്ചിട്ടുണ്ട്. പുരുഷന്മാർക്ക് ചൂഡാമണി, മകുടം എന്നിവ തലയിൽ അണിയാനുള്ള ആഭരണങ്ങളാണ്. കുണ്ഡലം, മോചകം, കീല എന്നിവ കർണ്ണാഭരണങ്ങളും, മുക്താവലി, ഹർഷകം, സൂത്രകം എന്നിവ കണ്ഠാഭരണങ്ങളുമാണ്. വേതിക, അംഗിലീമുദ്ര എന്നിവ വിരലുകൾക്കും ഹസ്തലി, വലയം എന്നിവ കൈത്തണ്ടയ്ക്കും രുചകം, ചൂളിക എന്നിവ മണികണ്ഠത്തിനും കേയൂരം, അംഗദം എന്നിവ കൈമുട്ടിനു മേലെയും ത്രിസരം, ഹാരം എന്നിവ

മാറിടത്തിനും തൂങ്ങിക്കിടക്കുന്ന മുത്തുമാല, പൂമാല എന്നിവ ശരീരത്തിനും തലകം, സൂത്രകം എന്നിവ അരക്കെട്ടിനും ആഭരണങ്ങളാണ്.

സ്ത്രീകൾക്ക് തലയിലുള്ള അലങ്കാരമായി ശിഖാപാശം, ചൂഡാമണി, മുക്താജാലം എന്നിവ, ചെവിക്കലങ്കാരമായി കർണ്ണിക, കർണ്ണവലയം, കുണ്ഡലം എന്നിവ കഴുത്തിന് ആഭരണമായി മുക്താവലി, രത്നമാലിക തുടങ്ങിയവ. കൈമുട്ടിനു മേലെയുള്ള അലങ്കാരമായി അംഗദം, വലയം എന്നിവ കൈത്തണ്ടയ്ക്കലങ്കാരമായി കലാപി, കടകം തുടങ്ങിയവ. അരക്കെട്ടിന്നലങ്കാരമായി കാഞ്ചി, രശന, മേഖല തുടങ്ങിയവ. കണങ്കാലിന് നൂപുരം, കിങ്കിണി കാല്പാദത്തിന് പാദപത്രം, വിരലുകളിൽ അംഗുലീയകം എന്നിങ്ങനെ സ്ത്രീകൾക്ക് ആപാദചൂഢം അലങ്കാരത്തിനുള്ള ആഭരണങ്ങളെക്കുറിച്ച് ഇതിൽ പ്രതിപാദിക്കുന്നുണ്ട്. ഇവ കൂടാതെ കണ്ഡകം, ശിഖിപത്രം അതുപോലെ പല ചിത്രവേലകളോടുകൂടിയ പൊട്ടുകൾ എന്നിവ നെറ്റിക്ക് അലങ്കാരങ്ങളാണ്. തിലകങ്ങളും പത്തിക്കീറ്റുകളും കവിളുകൾക്ക്, അഞ്ജനം കണ്ണിന്, അശ്മരാഗം കൊണ്ടുള്ള ചുവപ്പ് ചുണ്ടിന്, പലവിധവർണ്ണങ്ങൾ പല്ലുകൾക്ക്, ആലക്തകരാഗം കാലുകളുടെ മനോഹാരിതയ്ക്കും. ഇങ്ങനെ പ്രകൃതിയിൽനിന്നു കിട്ടുന്ന അലങ്കരണസാമഗ്രികളെക്കൊണ്ടും സ്ത്രീകഥാപാത്രങ്ങളെ അനുഗുണമായ തരത്തിൽ ഒരുക്കുന്നതിനെക്കുറിച്ച് ഈ അദ്ധ്യായത്തിൽ പറയുന്നുണ്ട്.

നാടകത്തിനനുയോജ്യമായ വിധത്തിൽ നടനെ കഥാപാത്രമായി അണിയിച്ചൊരുക്കുമ്പോൾ ഉപയോഗിക്കുന്ന ആഭരണങ്ങളും മറ്റും ഏറ്റവും ഘനം കുറഞ്ഞ തരത്തിൽ ഉണ്ടാക്കേണ്ടതാണെന്നും അല്ലെങ്കിൽ അവയുടെ ഭാരം കൊണ്ടുതന്നെ നടന്മാർ ക്ഷീണിക്കുകയും അഭിനയം മോശമാവുകയും ചെയ്യുമെന്നും മുനി ഓർമ്മിപ്പിക്കുന്നുണ്ട്. ഈ രംഗത്ത് പ്രവർത്തിക്കുന്നവർ അതുകൊണ്ടുതന്നെ വളരെ ശ്രദ്ധാലുക്കളായിരിക്കണമെന്നും കാലാനുസൃതമായ മാറ്റങ്ങൾ യുക്തിപൂർവ്വം സ്വീകരിക്കേണ്ടതാണെന്നും നാട്യശാസ്ത്രകാരൻ നിർദ്ദേശിക്കുന്നുണ്ട്.

ആഹാര്യാഭിനയത്തിന് വളരെയധികം പ്രാധാന്യം കൊടുത്തുകൊണ്ട് സിനിമകളും പരമ്പരകളും മറ്റും മറ്റുമായി ദൃശ്യകാവ്യപ്രപഞ്ചം ഉത്തുംഗതയിലെത്തി നില്ക്കുന്ന ഈ കാലഘട്ടത്തിൽ ബി സി അവസാനനൂറ്റാണ്ടുകളിൽ ഉണ്ടായത് എന്ന് ഗവേഷകർ കരുതുന്ന നാട്യശാസ്ത്രത്തിൽ ഇക്കാര്യങ്ങൾ എത്ര സമഗ്രമായും ആധികാരികമായും വിവരിച്ചിരിക്കുന്നു എന്ന് അതിൽ പ്രവർത്തിക്കുന്നവരേയും സഹൃദയരേയും ബോദ്ധ്യപ്പെടുത്താനാണ് ഈ ശ്രമം.

പ്രസാധനത്തിനു സമ്മതിച്ച ചിന്തയ്ക്കു നന്ദി.

ശൈലജ

ആഹാര്യാഭിനയം

നാട്യശാസ്ത്രത്തിൽ ഇരുപത്തിമൂന്നാമത്തെ അദ്ധ്യായത്തിലാണ് ആഹാര്യാഭിനയത്തെപ്പറ്റി പ്രതിപാദിച്ചിരിക്കുന്നത്.

ആഹാര്യാഭിനയം വിപ്രാ
വ്യാഖ്യാസ്യാമ്യനുപൂർവ്വശഃ.
യസ്മാത് പ്രയോഗഃ സർവ്വോƒയ
മാഹാര്യാഭിനയേ സ്ഥിതഃ 1

ഹേ വിപ്രാഃ	- അല്ലയോ ബ്രാഹ്മണരേ
(അഹം	- ഞാൻ)
അനുപൂർവ്വശഃ	- ക്രമപ്രകാരമായി
ആഹാര്യാഭിനയം	- ആഹാര്യാഭിനയത്തെ
വ്യാഖ്യാസ്യാമഃ	- വ്യാഖ്യാനിക്കാം
യസ്മാത്	- എന്തുകൊണ്ടെന്നാൽ
സർവ്വഃ അയം പ്രകാരഃ	- ഈ എല്ലാ അഭിനയപ്രകാരങ്ങളും
ആഹാര്യാഭിനയേ	- ആഹാര്യാഭിനയത്തിൽ
സ്ഥിതഃ	- സ്ഥിതി ചെയ്യുന്നു

അല്ലയോ ബ്രാഹ്മണരേ! ഇനി ഞാൻ ക്രമപ്രകാരമായി ആഹാര്യാഭിനയത്തെ കൃത്രിമമായ വേഷഭൂഷാദികളിലൂടെ നടനെ കഥാപാത്രമാക്കി മാറ്റുന്ന ചമയത്തെക്കുറിച്ച് വിശദമാക്കാം.

കാരണം ബാക്കി എല്ലാ അഭിനയപ്രകാരങ്ങളും വാചികം, ആംഗികം, സാത്വികം എന്നിവ ഈ ആഹാര്യാഭിനയത്തെ ആശ്രയിച്ചാണ് നിലകൊള്ളുന്നത്. കഥാപാത്രമായി ഒരുങ്ങിനില്ക്കുന്ന നടനിലൂടെയാണ് വാചികാംഗികസാത്വികാഭിനയങ്ങൾ പ്രകടമാകേണ്ടത് എന്നർത്ഥം

നാനാവസ്ഥാഃ പ്രകൃതയഃ
പൂർവ്വം നൈപഥ്യസാധിതാഃ
അംഗാദിഭിരഭിവ്യക്തി
മുപഗച്ഛന്ത്യയത്നതഃ 2

പൂർവ്വം	- മുമ്പേ (ആദ്യം)
നൈപഥ്യസാധിതാഃ	- വേഷവിധാനത്തിലൂടെ ഒരുങ്ങിയവർ
നാനാവസ്ഥാഃ പ്രകൃതയഃ	- പല അവസ്ഥകളിലുള്ളവർ
അംഗാദിഭിഃ	- ആംഗികം തുടങ്ങിയ അഭിനയങ്ങൾ കൊണ്ട്
അയത്നതഃ	- വളരെ ലളിതമായി
അഭിവ്യക്തിം	- പ്രതീതമാക്കുന്നതിനെ
ഉപഗച്ഛന്തി	- പ്രാപിക്കുന്നു

ആദ്യമേ കഥാപാത്രത്തിന്റെ വേഷവിധാനങ്ങളോടെ ഒരുങ്ങിനില്ക്കുന്ന പല പല അവസ്ഥകളെ പ്രതിനിധാനം ചെയ്യുന്ന നടന്മാർക്ക് ആംഗികം തുടങ്ങിയ ബാക്കി അഭിനയപ്രകാരങ്ങളെ എളുപ്പത്തിൽ പ്രകടമാക്കാൻ സാധിക്കും.

ആഹാര്യാഭിനയോ നാമ
ജ്ഞേയോ നേപഥ്യജോ വിധിഃ
തത്ര കാര്യഃ പ്രയത്നസ്തു
നാട്യസ്യ ശുഭമിച്ഛതാ 3

ആഹാര്യാഭിനയഃ നാമ	- ആഹാര്യാഭിനയം എന്നാൽ
നേപഥ്യജഃ വിധിഃ	- വേഷവിധാനങ്ങളുടെ നിയമം
ജ്ഞേയഃ	- എന്ന് അറിയണം
നാട്യസ്യ	- നാട്യത്തിന്റെ
ശുഭം ഇച്ഛതാ	- നന്മ ആഗ്രഹിക്കുന്നവരാൽ
തത്ര തു	- അവിടെ വേണ്ടവിധത്തിൽ
പ്രയത്നഃ കാര്യഃ	- പ്രയത്നം ചെയ്യേണ്ടതാണ്

ആഹാര്യാഭിനയം എന്നാൽ അണിയറയിൽ വെച്ചു ചെയ്യേണ്ട വേഷവിധാനങ്ങൾ ആണ്. നാട്യം വിജയിക്കണമെന്ന് ആഗ്രഹിക്കുന്നവർ ഈ വേഷവിധാനങ്ങൾ കഥാപാത്രത്തിന് ഏറ്റവും ചേരുന്നവയാകാൻ വളരെ ശ്രദ്ധിക്കേണ്ടതാണ്.

ചതുർവിധം തു നേപഥ്യം
പുസ്തോഽലങ്കാര ഏവ ച
തഥാംഗരചനാ ചൈവ
ജ്ഞേയം സജ്ജീവ ഏവ ച 4

നേപഥ്യം തു	- വേഷവിധാനമാകട്ടെ
പുസ്തഃ	- പുസ്തം

അലങ്കാര ഏവ ച - അലങ്കാരവും
തഥാ അംഗരചനാ - അപ്രകാരം അംഗരചനയും
സജ്ജീവ ഏവ ച - സജ്ജീവവും എന്ന്
ചതുർവിധം ജ്ഞേയം - നാലുവിധത്തിൽ മനസ്സിലാക്കണം

വേഷവിധാനങ്ങളെ പുസ്തം, അലങ്കാരം, അംഗരചന, സജ്ജീവം എന്നിങ്ങനെ നാലായി വിഭജിച്ചു പറയാം.

പുസ്തസ്തു ത്രിവിധോ ജ്ഞേയോ
നാനാരൂപപ്രമാണതഃ
സന്ധിമോ വ്യാജിമശ്ചൈവ
വേഷ്ടിമശ്ച പ്രകീർത്തിതഃ 5

നാനാരൂപപ്രമാണതഃ - പല രൂപത്തിലും വലുപ്പത്തിലുമുള്ള
പുസ്തഃ തു - പുസ്തമാകട്ടെ
ത്രിവിധഃ ജ്ഞേയഃ - മൂന്നു വിധത്തിലുണ്ട്
സന്ധിമഃ - സന്ധിമം
വ്യാജിമഃ ഏവ ച - വ്യാജിമവും
വേഷ്ടിമഃ ച - വേഷ്ടിമവും എന്ന്
പ്രകീർത്തിതഃ - കീർത്തിക്കപ്പെട്ടിരിക്കുന്നു

പല പല രൂപങ്ങളിലും പല പല വലുപ്പങ്ങളിലുമുള്ള പുസ്തത്തെ സന്ധിമം, വ്യാജിമം, വേഷ്ടിമം എന്നിങ്ങനെ മൂന്നായി പറഞ്ഞിരിക്കുന്നു.

കിലിഞ്ജചർമ്മവസ്ത്രാദ്യൈർ
യദ്രൂപം ക്രിയതേ ബുധൈഃ
സന്ധിമോ നാമ വിജ്ഞേയഃ
പുസ്തോ നാടകസംശ്രയഃ 6

കിലിഞ്ജചർമ്മ
വസ്ത്രാദ്യൈഃ - മുള, നേരിയ പലക, തോൽ, വസ്ത്രം എന്നിവകൊണ്ട്
ബുധൈഃ - അറിവുള്ളവരാൽ
യത് രൂപം - യാതൊരു രൂപമാണോ
ക്രിയതേ - ഉണ്ടാക്കുന്നത്
(തത്) - അത്)
നാടകസംശ്രയഃ - നാടകത്തിനു വേണ്ട
സന്ധിമഃ നാമ - സന്ധിമം എന്നു പേരായ
പുസ്തഃ വിജ്ഞേയഃ - പുസ്തം ആണെന്ന് അറിയണം

മുള, നേരിയ പലകകൾ, തോല്, വസ്ത്രം എന്നിവ ഉപയോഗിച്ച് നാടകത്തിനാവശ്യമായ ചില രൂപങ്ങൾ ഉണ്ടാക്കേണ്ടതുണ്ട്. ഇവയെയാണ് സന്ധിമം എന്ന പുസ്തമായി പറയുന്നത്.

വ്യാജിമോ നാമ വിജ്ഞേയഃ
യന്ത്രേണ ക്രിയതേ തു യഃ
വേഷ്ട്യതേ ചൈവ യദ്രൂപം
വേഷ്ടിമഃ സ തു സംജ്ഞിതഃ 7

യഃ തു	-	യാതൊന്നാണോ
യന്ത്രേണ ക്രിയതേ	-	യന്ത്രംകൊണ്ട് ഉണ്ടാക്കുന്നത്
(സഃ) വ്യാജിമഃ നാമ	-	അത് വ്യാജിമം എന്ന്
വിജ്ഞേയഃ	-	അറിയണം
യത് രൂപം ച	-	യാതൊരു രൂപമാണോ
വേഷ്ട്യതേ ഏവ	-	മൂടിക്കെട്ടിയ തരത്തിലുള്ളത്
സഃ തു	-	അതാകട്ടെ
വേഷ്ടിമഃ സംജ്ഞിതഃ	-	വേഷ്ടിമം എന്ന് അറിയപ്പെടുന്നു

യന്ത്രങ്ങളുടെ സഹായത്തോടെ ഉണ്ടാക്കുന്ന പുസ്തത്തെ വ്യാജിമം എന്നു പറയുന്നു. മൂടിക്കെട്ടിയ തരത്തിൽ ഉണ്ടാക്കുന്ന രൂപത്തെ വേഷ്ടിമം എന്ന പുസ്തമായും പറയുന്നു.

ശൈലയാനവിമാനാനി
ചർമ്മവർമ്മധ്വജാ നഗാഃ
യേ ക്രിയന്തേ തു നാട്യേ ഹി
സ പുസ്ത ഇതി സംജ്ഞിതഃ 8

ശൈലയാനവിമാനാനി	-	പർവ്വതം, വാഹനം, വിമാനം തുടങ്ങിയവ
ചർമ്മവർമ്മധ്വജാഃ	-	പരിച, മാർച്ചട്ട, കൊടിമരം
നഗാഃ	-	മരങ്ങൾ എന്നിങ്ങനെ
നാട്യേ തു	-	നാട്യത്തിൽ
യേ ക്രിയന്തേ	-	യാതൊക്കെയാണോ ഉണ്ടാക്കുന്നത്
സ ഹി	-	അതിനെയാണ്
പുസ്ത ഇതി	-	പുസ്തം എന്ന്
സംജ്ഞിതഃ	-	വിളിക്കുന്നത്

പർവ്വതം, വാഹനം, വിമാനം, പരിച, മാർച്ചട്ട, കൊടിമരം, മരങ്ങൾ എന്നിങ്ങനെ അതാതു നാടകങ്ങളിൽ ആവശ്യമായി വരുന്ന വസ്തുക്കളെ കൃത്രിമമായി ഉണ്ടാക്കുന്നതിനെയാണ് പുസ്തം എന്നു പറയുന്നത്.

അലങ്കാരസ്തു വിജ്ഞേയോ
മാല്യാഭരണവാസസാം
നാനാവിധഃ സമായോഗോ*f*
പ്യംഗോപാംഗവിധിഃ സ്മൃതഃ 9

മാല്യാഭരണവാസസാം	മാല, ആഭരണം, വസ്ത്രം എന്നിവയുടെ
നാനാവിധഃ സമായോഗഃ	പല പ്രകാരത്തിലുള്ള ചേർത്തുവെക്കൽ

അംഗോപാംഗവിധിഃ സ്മൃതഃ — അംഗോപാംഗവിധി എന്നു പറഞ്ഞിരിക്കുന്നു
(സ) തു അലങ്കാരഃ വിജ്ഞേയഃ — അതു തന്നെയാണ് അലങ്കാരം എന്ന് അറിയണം

മാല, ആഭരണം, വസ്ത്രം എന്നിവയെ വേണ്ടവിധത്തിൽ തല, കൈ തുടങ്ങിയ അംഗങ്ങളിലും നെറ്റി, വിരൽ തുടങ്ങിയ ഉപാംഗങ്ങളിലും പല തരത്തിൽ അണിയുന്നതിനെയാണ് അലങ്കാരം എന്നു പറയുന്നത്.

വേഷ്ടിമം വിതതം ചൈവ
സംഘാത്യം ഗ്രന്ഥിമം തഥാ
പ്രലംബിതം തഥാ ചൈവ
മാല്യം പഞ്ചവിധം സ്മൃതം. 10

വേഷ്ടിമം വിതതം ചൈവ - വേഷ്ടിമവും വിതതവും
സംഘാത്യം തഥാ ഗ്രന്ഥിമം - സംഘാത്യവും ഗ്രന്ഥിമവും
തഥാ ച ഏവ പ്രലംബിതം (ഏവം) - അതുപോലെ പ്രലംബിതവും ഇങ്ങനെ
മാല്യം പഞ്ചവിധം സ്മൃതം - മാല അഞ്ചുവിധത്തിൽ സ്മരിക്കപ്പെട്ടിട്ടുണ്ട്.

വേഷ്ടിമം, വിതതം, സംഘാത്യം, ഗ്രന്ഥിമം, പ്രലംബിതം എന്നിങ്ങനെ മാലയ്ക്ക് അഞ്ചു വിഭാഗങ്ങൾ ഉണ്ട്.

ചതുർവ്വിധം തു വിജ്ഞേയം
നാട്യേ ഹ്യാഭരണം ബുധൈഃ
ആവേദ്ധ്യം ബന്ധനീയം ച
ക്ഷേപ്യമാരോപ്യമേവ ച. 11

ബുധൈഃ - പണ്ഡിതന്മാരാൽ
നാട്യേ ഹി - നാട്യത്തിൽ
ആഭരണം - ആഭരണം
ആവേദ്ധ്യം ബന്ധനീയം ച - ആവേദ്ധ്യം എന്നും ബന്ധനീയം എന്നും
ക്ഷേപ്യം ആരോപ്യം ഏവ ച - ക്ഷേപ്യം എന്നും ആരോപ്യം എന്നും
ചതുർവിധം തു വിജ്ഞേയം - നാലുവിധത്തിൽ എന്ന് അറിയേണ്ടതാണ്.

നാട്യത്തിൽ പ്രയോജനപ്പെടുത്തുന്ന ആഭരണം നാലു പ്രകാരത്തിലുണ്ട്. അവ ആവേദ്ധ്യം, ബന്ധനീയം, ക്ഷേപ്യം, ആരോപ്യം എന്നിവയാണ്. വേഷവിധാനകലയിൽ ഏർപ്പെട്ടിട്ടുള്ളവർ ഇക്കാര്യം അറിയേണ്ടതാണ്.

ആവേദ്ധ്യം കുണ്ഡലാദീഹ
യത് സ്യാത് ശ്രവണഭൂഷണം
ശ്രോണീസൂത്രാംഗദേ മുക്താ
ബന്ധനീയാനി നിർദ്ദിശേത്. 12

യത് ഇഹ	- യാതൊന്നാണോ ഇവിടെ
കുണ്ഡലാദി	- കുണ്ഡലം തുടങ്ങിയ
ശ്രവണഭൂഷണം സ്യാത്	- കർണ്ണാഭരണങ്ങൾ ആകുന്നത്
തത് ആവേദ്ധ്യം	- അതാണ് ആവേദ്ധ്യം
ശ്രോണീസൂത്രാംഗദേ	- അരഞ്ഞാൺ, മുത്തുമാല, തോൾവള തുടങ്ങിയവ
ബന്ധനീയാനി	- ബന്ധനീയങ്ങൾ എന്ന്
നിർദ്ദിശേത	- നിർദ്ദേശിക്കാം

കുണ്ഡലം തുടങ്ങി കാതിൽ തുളച്ചിടുന്ന തരത്തിലുള്ള കർണ്ണാഭരണങ്ങളെയാണ് ആവേദ്ധ്യം എന്നു പറയുന്നത്. അരഞ്ഞാൺ, മുത്തുമാല, തോൾവള തുടങ്ങി കെട്ടേണ്ടുന്ന ആഭരണങ്ങളെയാണ് ബന്ധനീയം എന്നു പറയുന്നത്.

പ്രക്ഷേപ്യം നൂപുരം വിദ്യാത്
ഹസ്താഭരണമേവ ച
ആരോപ്യം ഹേമസൂത്രാദി
ഹാരാശ്ച വിവിധാശ്രയാഃ. 13

നൂപുരം	- കാലിലണിയുന്ന ആഭരണം
ഹസ്താഭരണം ഏവ ച	- കൈയിലണിയുന്ന ആഭരണം എന്നിവ
പ്രക്ഷേപ്യം വിദ്യാത്	- പ്രക്ഷേപ്യം ആണ്
വിവിധാശ്രയാഃ	- പലതിനെ ആശ്രയിച്ചുനില്ക്കുന്ന
ഹേമസൂത്രാദിഹാരാഃ	- പൊൻനൂല് തുടങ്ങിയ മാലകൾ
ആരോപ്യം ച	- ആരോപ്യവും ആണ്

കാലിലണിയുന്ന നൂപുരം തുടങ്ങിയവയും കൈയിലണിയുന്ന വള തുടങ്ങിയവയും പ്രക്ഷേപ്യം എന്ന വിഭാഗത്തിൽ പെടുന്നു. ചെവി തുടങ്ങിയ അവയവങ്ങളിലണിയുന്ന പൊൻനൂല്, പിന്നെ മണിമാല തുടങ്ങിയവ ആരോപ്യങ്ങൾ ആണ്.

ഭൂഷണാനാം വികല്പം ഹി
പുരുഷസ്ത്രീസമാശ്രയം
നാനാവിധം പ്രവക്ഷ്യാമി
സംജ്ഞാന്തരസമാശ്രയം 14

പുരുഷസ്ത്രീസമാശ്രയം	- പുരുഷന്മാർക്കും സ്ത്രീകൾക്കും വേണ്ടിയുള്ള
ഭൂഷണാനാം	- ആഭരണങ്ങളുടെ

നാനാവിധം വികല്പം ഹി - പലതരത്തിലുള്ള വൈവിദ്ധ്യങ്ങളെ
സംജ്ഞാന്തരസമാശ്രയം - പേരുകളോടുകൂടെ
പ്രവക്ഷ്യാമി - പറയാം

പുരുഷന്മാർക്കും സ്ത്രീകൾക്കും വേണ്ടിയുള്ള പലതരം ആഭരണങ്ങളെക്കുറിച്ച് അവയുടെ പേരുകളോടുകൂടെ ഞാൻ വിവരിക്കാം .

ചൂഡാമണിഃ സമകുടഃ
ശിരസോ ഭൂഷണം സ്മൃതം
കുണ്ഡലം മോചകം കീലാ
കർണ്ണാഭരണമിഷ്യതേ. 15

ചൂഡാമണിഃ സമകുടഃ - ചൂഡാമണിയും മകുടവും
ശിരസഃ ഭൂഷണം - തലയിൽ അണിയാനുള്ള അലങ്കാരം
സ്മൃതം - സ്മരിച്ചിരിക്കുന്നു.
കുണ്ഡലം കീചകം കീലാ - കുണ്ഡലം, കീചകം, കീല എന്നിവ
കർണ്ണാഭരണം ഇഷ്യതേ - ചെവിയിൽ അണിയേണ്ട ആഭരണങ്ങൾ ആണ്

ചൂഡാമണിയും മകുടവും (കിരീടം) തലയിൽ അണിയേണ്ട അലങ്കാരങ്ങളാണ്. കുണ്ഡലം, മോചകം, കീല എന്നിവയാകട്ടെ കർണ്ണാഭരണങ്ങളാണ്.

മുക്താവലീ ഹർഷകം ച
സൂത്രകം കണ്ഠഭൂഷണം
വേതികാംഗുലിമുദ്രാ ച
സ്യാദംഗുലിവിഭൂഷണം. 16

മുക്താവലീ ഹർഷകം
സൂത്രകം ച - മുത്തുമാല, ഹർഷകം, സൂത്രകം എന്നിവ
കണ്ഠഭൂഷണം - കഴുത്തിനുള്ള ആഭരണങ്ങളാണ്
വേതികാ അംഗുലിമുദ്രാ ച - വേതിക, മോതിരം എന്നിവ
അംഗുലിവിഭൂഷണം സ്യാത് - വിരലുകൾക്കുള്ള അലങ്കാരങ്ങളാണ്

മുക്താവലി, ഹർഷകം, സൂത്രകം എന്നീ മൂന്നെണ്ണം കണ്ഠാഭരണങ്ങളാണ്. വേതിക, അംഗുലിമുദ്ര എന്നിവ വിരലുകൾക്കുള്ള അലങ്കാരങ്ങളുമാണ്.

ഹസ്തലീ വലയം ചൈവ
ബാഹുനാളീവിഭൂഷണം
രുചകശ്ചൂളികാ ചൈവ
മണിബന്ധവിഭൂഷണം. 17

ഹസ്തലീ വലയം ച ഏവ -ഹസ്തലി, വലയം (വള) എന്നിവ
ബാഹുനാളീവിഭൂഷണം -കൈത്തണ്ടയ്ക്കുള്ള ആഭരണങ്ങളാണ്

രുചകഃ ചൂളികാ ച ഏവ	-രുചകവും ചൂളികയും
മണിബന്ധവിഭൂഷണം	-മണികണ്ഠത്തിനുള്ള അലങ്കാരങ്ങളാണ്

ഹസ്തലി, വലയം എന്നിവ കൈത്തണ്ടയ്ക്കുള്ള ആഭരണങ്ങളും രുചകം, ചൂളിക എന്നിവ മണികണ്ടത്തിനുള്ള ആഭരണങ്ങളുമാണ്.

കേയൂരമംഗദം ചൈവ
കൂർപ്പരോപരി ഭൂഷണം
ത്രിസരശ്ചൈവ ഹാരശ്ച
തഥാ വക്ഷോവിഭൂഷണം. 18

കേയൂരം അംഗദം ച	- കേയൂരവും അംഗദവും (തോൾവള)
കൂർപ്പരോപരി ഭൂഷണം	- കൈമുട്ടിനു മേലെയുള്ള ആഭരണങ്ങളാണ്
തഥാ	- അതുപോലെ
ത്രിസരഃ ച ഹാരഃ ച	- ത്രിസരവും ഹാരവും
വക്ഷോഭൂഷണം	- മാറിടത്തിന്നലങ്കാരങ്ങളാണ്

കേയൂരം, അംഗദം തുടങ്ങിയവ കൈമുട്ടിനു മീതെ അണിയുന്ന ആഭരണങ്ങളാണ്. അതുപോലെ ത്രിസരം (മൂന്നിഴമാല) ഹാരം (ഒറ്റയിഴമാല) എന്നിവ മാറിടത്തിനുള്ള അലങ്കാരങ്ങളാണ്.

വ്യാലംബമുക്താഹാരാദി
മാലാഃ ദേഹഭൂഷണം
തലകം സൂത്രകം ചൈവ
ഭവേത് കടിവിഭൂഷണം. 19

വ്യാലംബമുക്താഹാരാദി മാലാഃ	- തൂങ്ങിക്കിടക്കുന്ന മുത്തു മാല, പൂമാല തുടങ്ങിയവ
ദേഹഭൂഷണം	- ശരീരത്തിന് അലങ്കാരങ്ങളാണ്
തലകം സൂത്രകം ച ഏവ	- തലകവും സൂത്രകവും
കടിവിഭൂഷണം ഭവേത്	- അരക്കെട്ടിന് അലങ്കാരങ്ങളാണ്

തൂങ്ങിക്കിടക്കുന്ന മുത്തുമാല, പൂമാല തുടങ്ങിയവ ശരീരത്തിന് അലങ്കാരങ്ങളും തലകവും സൂത്രകവും (അരഞ്ഞാൺ) അരക്കെട്ടിന് അലങ്കാരങ്ങളുമാണ്.

അയം പുരുഷനിര്യോഗഃ
കാര്യസ്ത്വാഭരണാശ്രയഃ
ദേവാനാം പാർത്ഥിവാനാം ച
പുനർവക്ഷ്യാമി യോഷിതാം. 20

ദേവാനാം പാർത്ഥിവാനാം ച	- ദേവന്മാരുടേയും മനുഷ്യരുടേയും
പുരുഷനിര്യോഗഃ	- പുരുഷന്മാരെ സംബന്ധിക്കുന്ന
അയം ആഭരണാശ്രയഃ കാര്യഃ	- ആഭരണവിധി ഇങ്ങനെ ചെയ്യേണ്ടതാണ്

പുനഃ - ഇനി
യോഷിതാം വക്ഷ്യാമി - സ്ത്രീകളുടേത് പറയാം

ദേവന്മാരിലും മനുഷ്യരിലുമുള്ള പുരുഷന്മാർക്കുവേണ്ട ആഭരണങ്ങളെക്കുറിച്ചാണ് ഇതുവരെ പറഞ്ഞത്. ഇനി സ്ത്രീകൾക്കുവേണ്ടിയുള്ള ആഭരണങ്ങളെക്കുറിച്ച് വിശദമാക്കാം.

സ്ത്രീകളുടെ അലങ്കാരങ്ങൾ

ശിഖാപാശഃ ശിഖാവ്യാളഃ
പിണ്ഡീപത്രം തഥൈവ ച
ചൂഡാമണിർമകരികാ
മുക്താജാലം ഗവാക്ഷികം
ശിരസോ ഭൂഷണം ചൈവ
വിചിത്രം ശീർഷജാലകം 21

ശിഖാപാശഃ ശിഖാവ്യാളഃ - ശിഖാപാശം, ശിഖാവ്യാളം
തഥാ ഏവ പിണ്ഡീപത്രം - അതുപോലെതന്നെ പിണ്ഡീപത്രം
ചൂഡാമണിഃ മകരികാ - ചൂഡാമണി, മകരിക
മുക്താജാലം ഗവാക്ഷികം - മുക്താജാലം, ഗവാക്ഷികം
വിചിത്രം ശീർഷജാലകം - പലതരത്തിലുള്ള
ച ഏവ ശീർഷജാലകങ്ങൾ എന്നിവ
ശിരസഃ ഭൂഷണം - ശിരസ്സിനുള്ള ആഭരണങ്ങളാണ്

ശിഖാപാശം, ശിഖാവ്യാളം, പിണ്ഡീപത്രം, ചൂഡാമണി, മകരിക, മുക്താജാലം, ഗവാക്ഷികം, പലതരത്തിലുള്ള ശീർഷജാലകങ്ങൾ എന്നിവ തലയിൽ അണിയേണ്ടുന്ന ആഭരണങ്ങളാണ്.

കണ്ഡകം ശിഖിപത്രം ച
വേണീഗുച്ഛ സദോരകഃ
ലലാടതിലകശ്ചൈവ
നാനാശില്പപ്രയോജിതഃ
ഭ്രുവശ്ചോപരി ഗുച്ഛശ്ച
കുസുമാനുകൃതിസ്തഥാ. 22

കണ്ഡകം ശിഖിപത്രം ച - കണ്ഡകം, ശിഖിപത്രം എന്നിവ
വേണീഗുച്ഛഃ സദോരകഃ - വേണീഗുച്ഛം, ദോരകം
നാനാശില്പപ്രയോജിതഃ - പലതരം ശില്പവേലകളോടുകൂടിയ
ലലാടതിലകഃ ച ഏവ - ലലാടതിലകങ്ങൾ
(നെറ്റിയിലണിയുന്ന പൊട്ടുകൾ)
ഭ്രുവഃ ഉപരി - പുരികങ്ങൾക്കു മുകളിൽ
ഗുച്ഛഃ - പൂങ്കുല
തഥാ കുസുമാനുകൃതിഃ - അതുപോലെ പൂവ് തുടങ്ങിയവ

നെറ്റിക്കുള്ള അലങ്കാരങ്ങളാണ് ഈ കാരികയിൽ നിർദ്ദേശിച്ചിരിക്കുന്നത്. കണ്ഡകം, ശിഖിപത്രം, വേണീഗുച്ഛം, ദോരകം, പലതരം ശില്പവേലകളോടുകൂടിയ ലലാടതിലകങ്ങൾ, പുരികങ്ങൾക്കു മേലേ അണിയുന്ന പൂങ്കുല അതുപോലെ പൂവ് എന്നിവയെല്ലാം നെറ്റിക്ക് സൗന്ദര്യം കൂട്ടുന്ന അലങ്കാരങ്ങളാണ്.

കർണ്ണികാ കർണ്ണവലയം
തഥാ സ്യാത് പത്രകർണ്ണികാ
കുണ്ഡലം കർണ്ണമുദ്രാ ച
കർണ്ണോത്കീലകമേവ ച
നാനാരത്നവിചിത്രാണി
ദന്തപത്രാണി ചൈവ ഹി
കർണ്ണയോർഭൂഷണം ഹ്യേതത്
കർണ്ണപൂരസ്തഥൈവ ച. 23

കർണ്ണികാ കർണ്ണവലയം - കർണ്ണിക, കർണ്ണവലയം
തഥാ പത്രകർണ്ണികാ - അതുപോലെ പത്രകർണ്ണിക
കുണ്ഡലം കർണ്ണമുദ്രാ ച - കുണ്ഡലം, കർണ്ണമുദ്ര എന്നിവ
കർണ്ണോത്കീലകം ഏവ ച - കർണ്ണോത്കീലകവും
നാനാരത്നവിചിത്രാണി - പലതരം രത്നങ്ങളെക്കൊണ്ട് മനോഹരമാക്കിയ
ദന്തപത്രാണി ഏവ ച - ദന്തപത്രങ്ങളും
തഥാ ഏവ കർണ്ണപൂരഃ - അപ്രകാരം തന്നെ കർണ്ണപൂരവും
ഏതത് - ഇവ
കർണ്ണയോഃ ഭൂഷണം സ്യാത് - ചെവിയുടെ അലങ്കാരങ്ങൾ ആകും.

കർണ്ണിക, കർണ്ണവലയം, പത്രകർണ്ണിക, കുണ്ഡലം, കർണ്ണമുദ്ര, കർണ്ണോത്കീലകം, പലതരം രത്നങ്ങൾ പതിച്ച് മനോഹരമാക്കിയ ദന്തപത്രങ്ങൾ, കർണ്ണപൂരം തുടങ്ങിയവ ചെവിയിൽ അണിയുന്ന ആഭരണങ്ങളാണ്.

തിലകാഃ പത്രലേഖാ ച
ഭവേത് ഗണ്ഡവിഭൂഷണം
നേത്രയോരഞ്ജനം ജ്ഞേയ
മധരസ്യ തു രഞ്ജനം. 24

തിലകാഃ പത്രലേഖാഃ ച - തിലകങ്ങളും പത്തിക്കീറ്റുകളും
ഗണ്ഡവിഭൂഷണം ഭവേത് - കവിളുകൾക്ക് അലങ്കാരങ്ങളാണ്
നേത്രയോഃ - കണ്ണുകൾക്ക്
അഞ്ജനം ജ്ഞേയം - കൺമഷി എന്നറിയണം
അധരസ്യ തു - ചുണ്ടുകൾക്കാകട്ടെ
രഞ്ജനം - ചെഞ്ചാറു പുരട്ടൽ

തിലകങ്ങളും പത്തികീറ്റുകളുമാണ് കവിളുകൾക്ക് അലങ്കാരങ്ങൾ. കണ്ണുകൾക്ക് കൺമഷി എഴുതലും ചുണ്ടുകൾക്ക് ചെഞ്ചാറ് പുരട്ടലു

മാണ് അലങ്കാരം. (കസ്തൂരി, കുങ്കുമം എന്നിവ ഉപയോഗിച്ച് മനോഹരമായ തരത്തിൽ കവിളിൽ വരയ്ക്കുന്ന രേഖകളെയാണ് പത്രലേഖ പത്തിക്കീറ്റ് എന്നു വിളിക്കുന്നത്.)

ദന്താനാം വിവിധാ രാഗാ
ശ്ചതുർണാം ശുക്ലതാപി വാ
രാഗാന്തരവികല്പോ വാ
ശോഭനേനാധികോജ്ജ്വലഃ 25

ചതുർണാം ദന്താനാം - നാലു പല്ലുകൾക്ക്
വിവിധാഃ രാഗാഃ വാ - പല നിറങ്ങളോ
ശുക്ലതാ അപി - വെളുപ്പ് തന്നെയോ ആവാം
ശോഭനേന - നല്ല ശോഭ ഉണ്ടാക്കുന്ന തരത്തിൽ
രാഗാന്തരവികല്പഃ വാ - വിവിധനിറങ്ങൾ ഇടുന്നത്
അധികോജ്ജ്വലഃ - അധികം സൗന്ദര്യം ഉണ്ടാക്കുന്നതാണ്

നാലു പല്ലുകൾക്ക് പല നിറങ്ങൾ കൊടുക്കുകയോ അല്ലെങ്കിൽ വെളുപ്പ് തന്നെയായിരിക്കുകയോ ആവാം. നല്ല ശോഭ ഉണ്ടാക്കുന്ന തരത്തിൽ പല്ലുകൾക്ക് പല നിറങ്ങൾ കൊടുത്ത് ഉജ്ജ്വലമാക്കാവുന്നതാണ്.

മുഗ്ദ്ധാനാം സുന്ദരീണാം
ച മുക്താഭാ സ്മിതശോഭനാ
സുരക്താ വാപി ദന്താ സ്യുഃ
പത്മപല്ലവരഞ്ജനാ. 26

മുഗ്ധാനാം സുന്ദരീണാം ച - മുഗ്ദ്ധകൾക്കും സുന്ദരികൾക്കും
മുക്താഭാഃ - മുത്തുപോലെ ശോഭിക്കുന്ന
സ്മിതശോഭനാഃ ദന്താഃ - മന്ദഹാസംകൊണ്ട് കൂടുതൽ മനോഹരമാകുന്ന പല്ലുകൾ
സുരക്താഃ വാ - തുടുത്തവയോ
പത്മപല്ലവരഞ്ജനാഃ വാ സ്യുഃ - താമരപ്പൂവിന്റേയോ തളിരിന്റേയോ നിറമോ ആകാം

മുഗ്ദ്ധകൾക്കും സുന്ദരികൾക്കും മുത്തുപോലെ ശോഭിക്കുന്ന പല്ലുകൾ മന്ദഹാസംകൊണ്ട് കൂടുതൽ ശോഭയുള്ളതായിത്തീരും. അല്ലെങ്കിൽ പല്ലുകൾ നല്ല തുടുത്ത നിറത്തിലാവാം. താമരപ്പൂവിന്റെ നിറമോ തളിരിന്റെ നിറമോ കൊടുക്കാവുന്നതാണ്.

അശ്മരാഗദ്യോതിതഃ സ്യാ
ദധരഃ പല്ലവപ്രഭഃ
വിലാസശ്ച ഭവേത്താസാം
സവിഭ്രാന്തനിരീക്ഷിതഃ 27

അശ്മരാഗദ്യോതിതഃ അധരഃ - അശ്മ (കല്ല്) രാഗംകൊണ്ട് മനോഹരമാക്കിയ ചുണ്ട്
പല്ലവപ്രഭഃ സ്യാത് - തളിരിന്റെ നിറമാകും

താസാം - അവരുടെ
സവിഭ്രാന്തനിരീക്ഷിതഃ - വിഭ്രമത്തോടെയുള്ള നോട്ടത്തിന്
വിലാസഃ ച ഭവേത് - സൗന്ദര്യവും ഉണ്ടാകും

അശ്മരാഗംകൊണ്ട് (കല്ലിന്റെ ചുവപ്പുനിറംകൊണ്ട്) മനോഹരമാക്കിയ ചുണ്ടിന് തളിരിന്റെ നിറം കിട്ടും. ഇങ്ങനെയുള്ളവരുടെ കടാക്ഷവീക്ഷണങ്ങൾക്ക് സൗന്ദര്യവും കൂടും.

മുക്താവലീ വ്യാളപംക്തിർ
മഞ്ജരീ രത്നമാലികാ
രത്നാവലീ സൂത്രകം ച
ജ്ഞേയം കണ്ഠവിഭൂഷണം. 28

മുക്താവലി, വ്യാളപംക്തി, മഞ്ജരി, രത്നമാലിക, രത്നാവലി, സൂത്രകം എന്നിവ കഴുത്തിന് അലങ്കാരങ്ങൾ ആണ്.

ദ്വിസരസ്ത്രിസരശ്ചൈവ
ചതുസ്സരകമേവ ച
തഥാ ശൃംഖാലികാ ചൈവ
ഭവേത് കണ്ഠവിഭൂഷണം 29

ദ്വിസരഃ ത്രിസരഃ ച ഏവ - ഈരിഴമാല, മൂന്നിഴമാല എന്നിവ
ചതുസ്സരകം ഏവ ച - നാലിഴ മാലയും
തഥാ ശൃംഖാലികാ ച ഏവ - അതുപോലെ ചങ്ങലയും
കണ്ഠവിഭൂഷണം ഭവേത് - കഴുത്തിന് അലങ്കാരങ്ങൾ ആണ്

ഈരിഴമാല, മൂന്നിഴമാല, നാലിഴമാല പിന്നെ ചങ്ങല തുടങ്ങിയവയും കണ്ഠാഭരണങ്ങളാണ്.

നാനാശില്പകൃതാശ്ചൈവ
ഹാരാ വക്ഷോവിഭൂഷണം
മണിജാലാവനദ്ധം ച
ഭവേത് സ്തനവിഭൂഷണം 30

നാനാശില്പകൃതാഃ - പല ശില്പവേലകളോടു
ഹാരാഃ ച കൂടിയ മാലകൾ
വക്ഷോവിഭൂഷണം - മാറിടത്തിന്നലങ്കാരങ്ങളാണ്
മണിജാലാവനദ്ധം ച - മണിജാലാവനദ്ധം
സ്തനവിഭൂഷണം ഭവേത് - സ്തനങ്ങൾക്ക് അലങ്കാരമാണ്.

പലതരത്തിലുള്ള ശില്പവേലകളോടുകൂടിയ മണിമാലകൾ മാറിടത്തിന്നലങ്കാരങ്ങളാണ്. അതുപോലെ മണിജാലാവനദ്ധം സ്തനങ്ങൾക്ക് അലങ്കാരമാണ്.

അംഗദം വലയം ചൈവ
ബാഹുമൂലവിഭൂഷണം 31

അംഗദം വലയം ച ഏവ - അംഗദം, വലയം എന്നിവ
ബാഹുമൂലവിഭൂഷണം - കൈയിന്റെ കടയ്ക്കലുള്ള ആഭരണമാണ്

അംഗദം, വലയം തുടങ്ങിയവ കൈയിന്റെ കടയ്ക്കൽ അണിയാനുള്ള ആഭരണങ്ങളാണ്.

ഖർജ്ജുരകം സോച്ഛ്രിതികം
ബാഹുനാളീവിഭൂഷണം
കലാപീ കടകം ശംഖോ
ഹസ്തപത്രം സപൂരകം 32

ഖർജ്ജുരകം സോച്ഛ്രിതികം - ഖർജ്ജുരകം, ഉച്ഛ്രിതികം എന്നിവ
കലാപീ കടകം ശംഖഃ - കലാപി, കടകം, ശംഖം
ഹസ്തപത്രം സപൂരകം - ഹസ്തപത്രം, പൂരകം തുടങ്ങിയവ
ബാഹുനാളീവിഭൂഷണം - കൈത്തണ്ടകളുടെ അലങ്കാരമാണ്

ഖർജ്ജുരകം, ഉച്ഛ്രിതികം, കലാപി, കടകം, ശംഖം, ഹസ്തപത്രം, പൂരകം തുടങ്ങിയവയെല്ലാം കൈത്തണ്ടയ്ക്കുള്ള ആഭരണങ്ങളാണ്.

മുദ്രാംഗുലീയകം ചൈവ
ഹ്യംഗുലീനാം വിഭൂഷണം. 33

മുദ്രാ അംഗുലീയകം ച ഏവ - മുദ്രയും അംഗുലീയകവും
അംഗിലീനാം - വിരലുകളുടെ
വിഭൂഷണം ഹി - അലങ്കാരമാണ്

മുദ്ര, അംഗുലീയകം എന്നീ രണ്ടെണ്ണം വിരലുകൾക്ക് അലങ്കാരങ്ങളാണ്.

കാഞ്ചീ മൗക്തികജാലാഢ്യാ
തലകം മേഖലാ തഥാ
രശനാ ച കലാപശ്ച
ഭവേച്ഛ്രോണിവിഭൂഷണം. 34

മൗക്തികജാലാഢ്യാ കാഞ്ചീ - മുത്തുമണികളോടുകൂടിയ കാഞ്ചി
തഥാ തലകം മേഖലാ - അതുപോലെ തലകം, മേഖല
രശനാ കലാപഃ ച - രശന, കലാപം എന്നിവ
ശ്രോണിവിഭൂഷണം ഭവേത് - അരക്കെട്ടിന് അലങ്കാരങ്ങളാണ്

മുത്തുമണികളോടുകൂടിയ കാഞ്ചി, തലകം, മേഖല, രശന, കലാപം എന്നിവ അരക്കെട്ടിന് അലങ്കാരങ്ങളാണ്.

ഏകയഷ്ടിർഭവേത് കാഞ്ചീ
മേഖലാ ത്വഷ്ടയഷ്ടികാ
രശനാ ഷോഡശ ജ്ഞേയാ
കലാപഃ പഞ്ചവിംശതിഃ. 35

കാഞ്ചീ ഏകയഷ്ടിഃ ഭവേത് - കാഞ്ചി ഒറ്റയിഴയുള്ളത് ആണ്
മേഖലാ തു അഷ്ടയഷ്ടികാ - മേഖലയാകട്ടെ എട്ടിഴയുള്ളത്
രശനാ ഷോഡശ - രശന പതിനാറ് ഇഴയുള്ളത്
കലാപഃ പഞ്ചവിംശതിഃ - കലാപം ഇരുപത്തഞ്ച് ഇഴയുള്ളത്
ജ്ഞേയഃ എന്നും അറിയണം

കാഞ്ചി ഒറ്റയിഴയുള്ളതും മേഖല എട്ടിഴയുള്ളതും രശന പതിനാറിഴയുള്ളതും കലാപം ഇരുപത്തഞ്ചിഴയുള്ളതും ആണ്.

ദ്വാത്രിംശച്ച ചതുഷ്ഷഷ്ടിഃ
ശതമഷ്ടോത്തരം തഥാ
മുക്താഹാരാ ഭവന്ത്യേതേ
ദേവപാർഥിവയോഷിതാം. 36

ദേവപാർത്ഥിവയോഷിതാം - ദേവസ്ത്രീകൾക്കും രാജസ്ത്രീകൾക്കും
ദ്വാത്രിംശത് ചതുഷ്ഷഷ്ടിഃ ച - മുപ്പത്തിരണ്ട്, അറുപത്തിനാല്
തഥാ ശതമഷ്ടോത്തരം - അതുപോലെ നൂറ്റെട്ട് ഇഴകളുള്ളത്
ഏതേ മുക്താഹാരാ ഭവന്തി - എന്നിങ്ങനെ മുത്തുമാലകൾ ഉണ്ട്.

ദേവസ്ത്രീകൾക്കും രാജസ്ത്രീകൾക്കും മുപ്പത്തിരണ്ടിഴ, അറുപത്തിനാലിഴ, നൂറ്റെട്ടിഴ എന്നിങ്ങനെയുള്ള മുത്തുമാലകൾ അരക്കെട്ടിന് അലങ്കാരങ്ങളായി ഉപയോഗിക്കുന്നു.

നൂപുരഃ കിങ്കിണീകാ ച
ഘണ്ടികാ രത്നജാലകം
സഘോഷകടകം ചൈവ
ഗുല്ഫോപരി വിഭൂഷണം 37

നൂപുരഃ കിങ്കിണീകാ ച - നൂപുരം, കിങ്ങിണി എന്നിവ
ഘണ്ടികാ രത്നജാലകം - ഘണ്ടിക, രത്നജാലകം
സഘോഷകടകം ച ഏവ - കിലുങ്ങുന്ന തള എന്നിവ
ഗുല്ഫോപരി വിഭൂഷണം - ഞെരിയാണിക്കു മുകളിലുള്ള ആഭരണമാണ്

നൂപുരം, കിങ്ങിണി, ഘണ്ടിക, രത്നജാലകം, കിലുങ്ങുന്ന തള തുടങ്ങിയവ കാലിൽ ഞെരിയാണിക്കു മുകളിൽ അണിയുന്ന അലങ്കാരങ്ങളാണ്.

ജംഘയോഃ പാദപത്രം സ്യാ
ദംഗുലീഷ്വംഗുലീയകം
അംഗുഷ്ഠേ തലകം ചൈവ
പാദയോശ്ച വിഭൂഷണം 38

ജംഘയോഃ പാദപത്രം - കണങ്കാലുകൾക്ക് പാദപത്രം
അംഗുലീഷു അംഗുലീയകം - വിരലുകളിൽ അംഗുലീയകം
അംഗുഷ്ഠേ തലകം ച ഏവ - പെരുവിരലിൽ തലകം എന്നിങ്ങനെ
പാദയോഃ വിഭൂഷണം സ്യാത് - കാലുകൾക്ക് അലങ്കാരങ്ങളാവാം

കണങ്കാലുകൾക്ക് പാദപത്രം, വിരലുകൾക്ക് അംഗുലീയകം, പെരുവിരലിന് തലകം എന്നിങ്ങനെയുള്ളവ കാലുകളുടെ ആഭരണങ്ങളാണ്.

തഥാലക്തകരാഗശ്ച
നാനാഭക്തിനിവേശിതഃ
അശോകപല്ലവച്ഛായഃ
സ്യാത് സ്വാഭാവിക ഏവ ച. 39

നാനാഭക്തിനിവേശിതഃ - പല ഭംഗിയിൽ അണിയുന്ന
ആലക്തകരാഗഃ ച തഥാ - അരക്കുചാറും അങ്ങനെതന്നെ
അശോകപല്ലവച്ഛായഃ - അശോകത്തളിരിന്റെ നിറമാർന്നത്
സ്വാഭാവിക ഏവ ച സ്യാത് - സ്വാഭാവികനിറത്തോടുകൂടിയതും ആകാം

പലരീതിയിൽ ഭംഗിയാർന്ന തരത്തിൽ അണിയുന്ന അരക്കുചാറും കാലിന് അലങ്കാരമാണ്. അത് അശോകത്തളിരിന്റെ നിറത്തിലോ അല്ലെങ്കിൽ സ്വാഭാവികനിറത്തിലോ ആവാം.

ഏതദ്വിഭൂഷണം നാര്യാഃ
ആകേശാദാനഖാദപി
യഥാഭാവരസാവസ്ഥം
വിജ്ഞായൈവ പ്രയോജയേത്. 10

ഏതത് - ഇവ
നാര്യാഃ - സ്ത്രീകളുടെ
ആകേശാത് - മുടിയിൽനിന്നു തുടങ്ങി
ആനഖാത് അപി - കാൽനഖം വരെയുള്ള
വിഭൂഷണം - അലങ്കാരങ്ങൾ ആണ്
യഥാഭാവരസാവസ്ഥം - ഭാവങ്ങളുടേയും രസങ്ങളുടേയും അവസ്ഥയെക്കുറിച്ച്
വിജ്ഞായ ഏവ - വേണ്ടവിധത്തിൽ മനസ്സിലാക്കിയിട്ട്
പ്രയോജയേത് - ഉപയോഗിക്കണം

സ്ത്രീകൾക്ക് മുടിതൊട്ട് കാൽനഖം വരെ അണിയാവുന്ന അലങ്കാരങ്ങളെക്കുറിച്ചാണ് ഇവിടെ പ്രതിപാദിച്ചത്. നാട്യത്തിലെ ഭാവരസാവസ്ഥകൾ ശരിയായി മനസ്സിലാക്കി ഇവ വേണ്ടപോലെ ഉപയോഗിക്കേണ്ടതാണ്.

ആഗമശ്ച പ്രമാണഞ്ച
രൂപനിർവർണ്ണനം തഥാ
വിശ്വകർമ്മമതാത് കാര്യം
സുബുദ്ധ്യാപി പ്രയോക്തൃഭിഃ. 41

ആഗമഃ ച പ്രമാണം ച - ഉപാദാനകാരണവും അളവും
തഥാ രൂപനിർവർണ്ണനം - അതുപോലെ ആകൃതിവിശേഷവും
വിശ്വകർമ്മമതാത് - വിശ്വകർമ്മാവിന്റെ അഭിപ്രായമനുസരിച്ച്
പ്രയോക്തൃഭിഃ - പ്രയോക്താക്കളാൽ
സുബുദ്ധ്യാ അപി - ശരിയായ ബുദ്ധി ഉപയോഗിച്ചും
കാര്യം - ചെയ്യേണ്ടതാണ്

ഈ അലങ്കാരങ്ങൾ എന്തൊക്കെ ഉപയോഗിച്ച് ഉണ്ടാക്കണം, വലുപ്പം എത്രയായിരിക്കണം, ആകൃതി എങ്ങനെയാവണം എന്നൊക്കെയുള്ള കാര്യങ്ങൾ വിശ്വകർമ്മാവിന്റെ അഭിപ്രായത്തെ മാനിച്ചുകൊണ്ട്

നടപ്പാക്കേണ്ടതാണ്. അല്ലെങ്കിൽ ആഭരണമുണ്ടാക്കുന്നവർ നാട്ടുനടപ്പു നോക്കി ബുദ്ധിപൂർവ്വം തീർച്ചപ്പെടുത്തേണ്ടതാണ്.

ന ഹി ശക്യം സുവർണ്ണേന
മുക്താഭിർമണിഭിസ്തഥാ
സ്വാധീനമിതി രുച്യൈവ
കർത്തുമംഗസ്യ ഭൂഷണം. 42

സ്വാധീനം ഇതി - തന്റെ അധീനതയിലുണ്ടെന്നു കരുതി
സുവർണ്ണേന മുക്താഭിഃ - സ്വർണ്ണം കൊണ്ടും മുത്തുകൊണ്ടും
തഥാ മണിഭിഃ - അതുപോലെ രത്നങ്ങളെക്കൊണ്ടും
രുച്യാ ഏവ - ഇഷ്ടത്തിനനുസരിച്ച്
അംഗസ്യ ഭൂഷണം കർത്തും - അവയവങ്ങൾക്ക് അലങ്കാരമുണ്ടാക്കാൻ
ന ഹി ശക്യം - പാടുള്ളതല്ല

സ്വർണ്ണവും മുത്തും രത്നങ്ങളുമെല്ലാം തന്റെ അധീനതയിലുണ്ടെന്നു കരുതി സ്വന്തം ഇഷ്ടപ്രകാരം അവയവങ്ങൾക്ക് അലങ്കാരമുണ്ടാക്കാൻ പാടില്ല.

വിഭാഗതോഽഭിപ്രയുക്ത
മംഗശോഭാകരം ഭവേത്
യഥാസ്ഥാനാന്തരഗതം
ഭൂഷണം രത്നസംയുതം. 43

വിഭാഗതഃ - വേർതിരിച്ച്
യഥാസ്ഥാനാന്തരഗതം - ഉചിതമായ സ്ഥാനങ്ങളിൽ
അഭിപ്രയുക്തം - പ്രയോഗിക്കുന്ന
രത്നസംയുതം ഭൂഷണം - രത്നത്തോടുകൂടിയ അലങ്കാരം
അംഗശോഭാകരം - അവയവങ്ങൾക്ക് ശോഭയുണ്ടാക്കുന്നത്
ഭവേത് - ആയിരിക്കും

വകതിരിവോടെ ഉചിതമായ സ്ഥാനങ്ങളിൽ ഉപയോഗിക്കുന്ന രത്നാലങ്കാരങ്ങൾ അവയവങ്ങൾക്ക് ശോഭ കൂട്ടുന്നതായിരിക്കും.

ന തു നാട്യപ്രയോഗേഷു
കർത്തവ്യം ഭൂഷണം ഗുരു
ഖേദം ജനയതേ തദ്ധി
സവ്യായതവിചേഷ്ടനാത്. 44

നാട്യപ്രയോഗേഷു - നാട്യപ്രയോഗങ്ങളിൽ
ഗുരു ഭൂഷണം - ഘനം കൂടിയ ആഭരണങ്ങൾ
ന തു കർത്തവ്യം - ഉപയോഗിക്കരുത്
തത് - അത്

സവ്യായതവിചേഷ്ടനാത് - നീണ്ട സമയത്തെ പ്രവൃത്തികൊണ്ട്
ഖേദം ജനയതേ ഹി - ക്ഷീണം ഉണ്ടാക്കുമല്ലോ

നാട്യപ്രയോഗങ്ങളിൽ കനംകൂടിയ ആഭരണങ്ങൾ ഉപയോഗിക്കരുത്. കൂടുതൽ സമയം നിന്ന് അഭിനയിക്കേണ്ടി വരുമ്പോൾ ക്ഷീണമുണ്ടാകും എന്നതുതന്നെ കാരണം.

ഗുരുഭാവാവസന്നസ്യ
ഖേദോ മൂർച്ഛാ ച ജായതേ
ഗുർവാഭരണസന്നോ ഹി
ചേഷ്ടാം ന കുരുതേ ജനഃ. 45

ഗുരുഭാവസന്നസ്യ - ഭാരംകൊണ്ടു തളരുന്നവന്
ഖേദഃ മൂർച്ഛാ ച - ക്ഷീണവും മയക്കവും
ജായതേ - ഉണ്ടാകുന്നു.
ഗുർവാഭരണസന്നഃ ജനഃ - ഭാരമേറിയ ആഭരണങ്ങളെക്കൊണ്ട് തളർന്നവൻ
ചേഷ്ടാം ന കുരുതേ ഹി - അഭിനയത്തെ ചെയ്യുന്നില്ല

ഭാരം പേറി തളരുന്നവന് ക്ഷീണവും മയക്കവും ഉണ്ടാകുന്നത് സ്വാഭാവികം. അതുകൊണ്ട് ഘനം കൂടിയ ആഭരണങ്ങളണിഞ്ഞ് അഭിനയിക്കാൻ തുടങ്ങിയാൽ അക്കാര്യം വേണ്ടരീതിയിൽ ചെയ്യാൻ സാധിക്കുകയില്ല.

തസ്മാത് തനുത്വചകൃതം
സൗവർണ്ണം ഭൂഷണം ഭവേത്
രത്നവത് ജതുബദ്ധം വാ
ന ഖേദജനനം ഭവേത്. 46

തസ്മാത് - അതുകൊണ്ട്
സൗവർണ്ണം ഭൂഷണം - സ്വർണ്ണത്തിലുള്ള അലങ്കാരം
തനുത്വചകൃതം ഭവേത് - വളരെ നേർത്ത തരത്തിൽ കനമില്ലാതെ ഉണ്ടാക്കണം
ജതുബദ്ധം രത്നവത് വാ - അരക്കിൽ രത്നം പതിച്ചുകൊണ്ടോ
ന ഖേദജനനം ഭവേത് - ക്ഷീണം ഉണ്ടാവുകയില്ല

അതുകൊണ്ട് സ്വർണ്ണാഭരണങ്ങളുണ്ടാക്കുമ്പോൾ അകം പൊള്ളയായ തരത്തിൽ ഭാരക്കുറവോടെ ഉണ്ടാക്കണം. അരക്കിൽ രത്നം പതിച്ചും ഉണ്ടാക്കാം. അങ്ങനെയാണെങ്കിൽ അഭിനയിക്കുമ്പോൾ ക്ഷീണം ഉണ്ടാകില്ല.

സ്വേച്ഛയാ ഭൂഷണവിധിർ
ദിവ്യാനാമുപദിശ്യതേ
യത്നഭാവാദ്ധിനിഷ്പന്നം
മാനുഷാണാം വിഭൂഷണം. 47

ദിവ്യാനാം - ദിവ്യന്മാർക്ക്
സ്വേച്ഛയാ - ഇഷ്ടപ്രകാരം
ഭൂഷണവിധിഃ - അലങ്കാരങ്ങൾ
ഉപദിശ്യതേ - ഉപദേശിക്കപ്പെട്ടിരിക്കുന്നു
മാനുഷാണാം - മനുഷ്യർക്ക്
വിഭൂഷണം - ആഭരണങ്ങൾ
യത്നഭാവാത് - പ്രയത്നംകൊണ്ട്
വിനിഷ്പന്നം - ഉണ്ടാക്കേണ്ടതുണ്ട്

ദിവ്യന്മാർക്ക് ഇഷ്ടത്തിനനുസരിച്ച് ആഭരണങ്ങൾ ഉണ്ടാവും. എന്നാൽ മനുഷ്യർക്കുള്ള ആഭരണങ്ങൾ പ്രയത്നിച്ച് ഉണ്ടാക്കുക തന്നെ വേണം.

ദിവ്യാനാം ഭൂഷണവിധി
ര്യ ഏഷ പരികീർത്തിതഃ
മാനുഷാണാം ച കർത്തവ്യോ
നാനാദേശസമാശ്രയഃ. 48

യ ഏഷ ഭൂഷണവിധിഃ - യാതൊരു അലങ്കാരവിധിയാണോ
ദിവ്യാനാം പരികീർത്തിതഃ - ദിവ്യന്മാർക്കായി പറഞ്ഞത്
നാനാദേശസമാശ്രയഃ - വിവിധദേശങ്ങളെ ആശ്രയിച്ച്
മാനുഷാണാം കർത്തവ്യഃ ച - മനുഷ്യർക്കായി ചെയ്യേണ്ടതാണ്

ദിവ്യന്മാർക്കായി പറഞ്ഞ അലങ്കാരവിധികളെല്ലാം തന്നെ ദേശഭേദം അടിസ്ഥാനമാക്കി മനുഷ്യർക്കും ഇണങ്ങുന്ന തരത്തിൽ നിർമ്മിക്കേണ്ടതാണ്.

വേഷഭേദങ്ങൾ

സ്ത്രീവേഷം

ഭൂഷണൈശ്ചാപി വേഷൈശ്ച
നാനാവസ്ഥാസമാശ്രയൈഃ
ദിവ്യാംഗനാനാം കർത്തവ്യാ
വിഭക്തിഃ സ്വസ്വഭൂമിജാ. 49

നാനാവസ്ഥാസമാശ്രയൈഃ - പല അവസ്ഥകളെ
- ആശ്രയിച്ചുകൊണ്ടുള്ള
ഭൂഷണൈഃ വേഷൈഃ ച അപി - അലങ്കാരങ്ങളോടും
വേഷങ്ങളോടും കൂടെ
ദിവ്യാംഗനാനാം - ദിവ്യസ്ത്രീകളെ
സ്വസ്വഭൂമിജാ - അവരവരുടെ ദേശങ്ങൾക്കനുസരിച്ച്
വിഭക്തിഃ കർത്തവ്യാ - വിഭജിച്ചുകാണിക്കേണ്ടതാണ്

പല അവസ്ഥകളേയും ആശ്രയിച്ചുകൊണ്ടുള്ള അലങ്കാരങ്ങളോടും വേഷങ്ങളോടും കൂടി ദിവ്യസ്ത്രീകളെ അവരവരുടെ ദേശങ്ങൾക്കു യോജിക്കുന്ന തരത്തിൽ വേർതിരിച്ചു കാണിക്കേണ്ടതാണ്.

വിദ്യാധരീണാം യക്ഷീണാ
മപ്സരോനാഗയോഷിതാം
ഋഷിദൈവതകന്യാനാം
വേഷൈർനാനാത്വമിഷ്യതേ. 50

വിദ്യാധരീണാം യക്ഷീണാം - വിദ്യാധരസ്ത്രീകളുടെയും, യക്ഷികളുടെയും
അപ്സരോനാഗയോഷിതാം - അപ്സരസ്സുകളുടേയും നാഗസ്ത്രീകളുടേയും
ഋഷിദൈവതകന്യാനാം - മുനികന്യകമാരുടെയും ദേവകന്യകമാരുടെയും
വേഷൈഃ - വേഷങ്ങളെക്കൊണ്ട്
നാനാത്വം ഇഷ്യതേ - വൈവിദ്ധ്യം ആഗ്രഹിക്കുന്നു

വിദ്യാധരസ്ത്രീകൾ, യക്ഷികൾ, അപ്സരസ്സുകൾ , നാഗസ്ത്രീകൾ, മുനികന്യകമാർ, ദേവകന്യകമാർ തുടങ്ങിയവർക്കെല്ലാം തന്നെ വേഷത്തിൽ ഭേദം വേണം.

തഥാ ച സിദ്ധഗന്ധർവ്വ
രാക്ഷസാസുരയോഷിതാം
ദിവ്യാനാം നരനാരീണാം
തഥൈവ ച ശിഖണ്ഡകം
ശിഖാപുടശിഖണ്ഡം തു
മുക്താഭൂയിഷ്ഠഭൂഷണം. 51

തഥാ ച - അപ്രകാരം
സിദ്ധഗന്ധർവ്വരാക്ഷസാസുരയോഷിതാം - സിദ്ധ ഗന്ധർവ്വ രാക്ഷസ അസുര സ്ത്രീകൾക്ക്
ദിവ്യാനാം നരനാരീണാം - ദിവ്യകളായ മനുഷ്യസ്ത്രീകൾക്ക്
തഥൈവ ച - അതേപോലെ തന്നെയുള്ള
ശിഖണ്ഡകം - ശിഖണ്ഡകം (വേണം)
മുക്താഭൂയിഷ്ഠഭൂഷണം തു - മുത്തുമണികൾ ധാരാളമുള്ള ആഭരണമാണ്
ശിഖാപുടശിഖണ്ഡം - മുടിയിൽ അണിയുന്ന ശിഖണ്ഡകം

സിദ്ധസ്ത്രീകൾ, ഗന്ധർവ്വസ്ത്രീകൾ, രാക്ഷസസ്ത്രീകൾ, അസുരസ്ത്രീകൾ, ദിവ്യത്വമുള്ള മനുഷ്യസ്ത്രീകൾ തുടങ്ങിയവർക്കെല്ലാം ശിഖണ്ഡകം വേണം. മുത്തുമണികൾ ധാരാളമുള്ള, മുടിയിലണിയുന്ന അലങ്കാരമാണ് ശിഖണ്ഡകം.

വിദ്യാധരീണാം കർത്തവ്യഃ
ശുദ്ധോ വേഷപരിച്ഛദഃ
യക്ഷിണ്യോപ്സരസശ്ചൈവ
കാര്യാ രത്നവിഭൂഷണാഃ
സമസ്താനാം ഭവേദ്വേഷോ
യക്ഷീണാം കേവലം ശിഖാ. 52

വിദ്യാധരീണാം	-	വിദ്യാധരസ്ത്രീകൾക്ക്
ശുദ്ധഃ വേഷപരിച്ഛദഃ		ശുദ്ധമായ വേഷഭൂഷാദികൾ
കർത്തവ്യഃ	-	ചെയ്യണം
യക്ഷിണ്യഃ അപ്സരസഃ ച ഏവ	-	യക്ഷിണികൾക്കും അപ്സരസ്സുകൾക്കും
രത്നവിഭൂഷണാഃ കാര്യാ	-	രത്നാലങ്കാരങ്ങൾ ഉണ്ടാകണം
സമസ്താനാം താസാം വേഷഃ	-	അവരുടെയെല്ലാം വേഷങ്ങൾ
സമഃ ഭവേത്	-	തുല്യമാണ്
യക്ഷീണാം	-	യക്ഷികൾക്ക്
കേവലം ശിഖാ	-	ശിഖ മാത്രം മതി

വിദ്യാധരസ്ത്രീകൾക്കുള്ള ആടയാഭരണങ്ങൾ ശുദ്ധങ്ങളായിരിക്കണം. യക്ഷിണികൾക്കും അപ്സരസ്സുകൾക്കും രത്നാലങ്കാരങ്ങളാണ് വേണ്ടത്. എല്ലാവരുടേയും വേഷം തുല്യമാണ്. ശിഖ യക്ഷികൾക്കുമാത്രം ഉള്ളതാണ്.

ദിവ്യാനാമിവ കർത്തവ്യം
നാഗസ്ത്രീണാം വിഭൂഷണം
മുക്താമണിഗണപ്രായാ
ഫണാസ്താസാം തു കേവലം. 53

ദിവ്യാനാം ഇവ	-	ദിവ്യസ്ത്രീകളെപ്പോലെ
നാഗസ്ത്രീണാം	-	നാഗസ്ത്രീകൾക്ക്
വിഭൂഷണം കർത്തവ്യം	-	അലങ്കാരം ചെയ്യേണ്ടതാണ്
താസാം തു	-	അവർക്കാകട്ടെ
കേവലം	-	വിശേഷമായി
മുക്താമണിഗണപ്രായാ ഫണാഃ	-	മുത്തുകളും രത്നങ്ങളും പതിച്ച ഫണം

ദിവ്യസ്ത്രീകളുടേതുപോലെത്തന്നെയുള്ള അലങ്കാരങ്ങളാണ് നാഗസ്ത്രീകൾക്കും ചെയ്യേണ്ടത്. എന്നാൽ അവർക്ക് വിശേഷവിധിയായി മുത്തുകളും രത്നങ്ങളും പതിച്ച ഫണം കൂടെ ഉണ്ടായിരിക്കണം.

കാര്യം തു മുനികന്യാനാ
മേകവേണീധരം ശിരഃ
ന ചാപി ഭൂഷണവിധി
സ്താസാം വേഷോ വനോചിതഃ. 54

മുനികന്യകാനാം തു	-	മുനികന്യകമാർക്ക്
ശിരഃ	-	മുടി
ഏകവേണീധരം കാര്യം	-	ഒന്നിച്ചുചേർത്ത് കെട്ടിയത് ആയിരിക്കണം
ഭൂഷണവിധിഃ അപി	-	അലങ്കാരങ്ങളുടെ ഉപയോഗവും

ന ച - ഉണ്ടാകരുത്
താസാം വേഷഃ - അവരുടെ വേഷം
വനോചിതഃ - കാടിനു ചേർന്നത്

മുനികന്യകമാരുടെ മുടി ഒന്നിച്ചുചേർത്തുകെട്ടി പിന്നിലേക്ക് ഇടണം. അവർക്ക് ആഭരണങ്ങൾ ഒന്നും പാടില്ല. വനവാസികൾക്കു യോജിച്ച വിധത്തിലുള്ള വേഷം ആയിരിക്കണം

മുക്താമരതകപ്രായം
മണ്ഡനം സിദ്ധയോഷിതാം
താസാം ചൈവ തു കർത്തവ്യം
പീതവസ്ത്രപരിച്ഛദം. 55

സിദ്ധയോഷിതാം മണ്ഡനം - സിദ്ധസ്ത്രീകളുടെ അലങ്കാരം
മുക്താമരതകപ്രായം - മുത്തും മരതകരത്നവും ചേർന്നത്
താസാം തു - അവർക്കാകട്ടെ
പീതവസ്ത്രം പരിച്ഛദം ച - മഞ്ഞനിറത്തിലുള്ള വസ്ത്രവും
കർത്തവ്യം ഏവ - ചെയ്യേണ്ടതാണ്

സിദ്ധസ്ത്രീകളുടെ ആഭരണങ്ങൾ മുത്തും മരതകവും കൂടുതൽ ഉള്ളതായിരിക്കണം. അവർക്കു ധരിക്കാനായി മഞ്ഞനിറത്തിലുള്ള വസ്ത്രമാണ് തെരഞ്ഞെടുക്കേണ്ടത്.

പത്മരാഗമണിപ്രായം
ഗന്ധർവ്വീണാം വിഭൂഷണം
വീണാഹസ്തശ്ച കർത്തവ്യാ
കൗസുംഭവസനസ്തഥാ. 56

ഗന്ധർവ്വീണാം വിഭൂഷണം - ഗന്ധർവ്വസ്ത്രീകളുടെ ആഭരണം
പത്മരാഗമണിപ്രായം - പത്മരാഗരത്നം അധികമുള്ളത്
തഥാ വീണഹസ്താ - അതുപോലെ വീണ കൈയിലുള്ളവരും
കൗസുംഭവസനാ ച - ചുമപ്പ് നിറത്തിലുള്ള വസ്ത്രത്തോടു
കർത്തവ്യാ കൂടിയവരും ആക്കണം

ഗന്ധർവ്വസ്ത്രീകളുടെ ആഭരണങ്ങളിൽ പത്മരാഗരത്നം അധികമായി ഉണ്ടായിരിക്കണം. അതുപോലെ വീണ കൈയിലുള്ളവരും തുടുത്ത വസ്ത്രം ധരിച്ചവരുമാക്കണം.

ഇന്ദ്രനീലൈസ്തു കർത്തവ്യം
രാക്ഷസീനാം വിഭൂഷണം
സിതദംഷ്ട്രാ ച കർത്തവ്യാ
കൃഷ്ണവസ്ത്രപരിച്ഛദഃ. 57

രാക്ഷസീനാം വിഭൂഷണം തു - രാക്ഷസികളുടെ അലങ്കാരമാകട്ടെ
ഇന്ദ്രനീലൈഃ കർത്തവ്യം - ഇന്ദ്രനീലക്കല്ലുകൾകൊണ്ട് ചെയ്യണം
സിതദംഷ്ട്രാ ച കർത്തവ്യാ - വെളുത്ത ദംഷ്ട്രയും വെക്കണം
കൃഷ്ണവസ്ത്രപരിച്ഛദഃ - കറുത്ത നിറത്തിലുള്ള വസ്ത്രം

രാക്ഷസസ്ത്രീകളുടെ ആഭരണങ്ങളിൽ കൂടുതൽ ചേർക്കേണ്ടത് ഇന്ദ്രനീലക്കല്ലുകളാണ്. അവർക്ക് വെളുത്ത ദംഷ്ട്രയും വെക്കണം. അതുപോലെ അവരുടെ വസ്ത്രത്തിന്റെ നിറം കറുപ്പായിരിക്കണം.

വൈദൂര്യമുക്താഭരണാഃ
കർത്തവ്യാഃ സുരയോഷിതഃ
ശുകപിഞ്ഛനിഭൈർവസ്ത്രൈഃ
കാര്യസ്താസാം പരിച്ഛദഃ. 58

സുരയോഷിതഃ - ദേവസ്ത്രീകൾക്ക്
വൈദൂര്യമുക്താഭരണാഃ - വൈഡൂര്യവും മുത്തും കൊണ്ടുള്ള ആഭരണങ്ങൾ
കർത്തവ്യാ - ചെയ്യേണ്ടതാണ്
താസാം പരിച്ഛദഃ - അവരുടെ വേഷം
ശുകപിഞ്ഛനിഭൈഃ - തത്തച്ചിറകിനു സമാനമായ
വസ്ത്രൈഃ കാര്യഃ - വസ്ത്രങ്ങളെക്കൊണ്ട് ചെയ്യണം

ദേവസ്ത്രീകൾക്ക് വൈഡൂര്യവും മുത്തും കൊണ്ടുള്ള ആഭരണങ്ങളാണ് വേണ്ടത്. തത്തച്ചിറകിന്റെ നിറമുള്ള വസ്ത്രങ്ങളാണ് അവരുടെ വേഷമായിരിക്കേണ്ടത്.

പുഷ്യരാഗൈശ്ച മണിഭിഃ
ക്വചിദ്വൈദൂര്യഭൂഷിതൈഃ
ദിവ്യവാനരനാരീണാം
കാര്യോ നീലപരിച്ഛദഃ. 59

ദിവ്യവാനരസ്ത്രീണാം - ദിവ്യകളായ വാനരസ്ത്രീകൾക്ക്
പുഷ്യരാഗൈഃ മണിഭിഃ - പുഷ്യരാഗരത്നങ്ങൾ കൊണ്ടും
ക്വചിത് വൈദൂര്യഭൂഷിതൈഃ ച - ചിലപ്പോൾ വൈഡൂര്യരത്നങ്ങൾ കൊണ്ടും
നീലപരിച്ഛദഃ കര്യഃ - നീലനിറത്തിലുള്ള വേഷവും ചെയ്യണം

ദിവ്യകളായ വാനരസ്ത്രീകൾക്ക് പുഷ്യരാഗരത്നങ്ങളെക്കൊണ്ടും വൈഡൂര്യരത്നങ്ങളെക്കൊണ്ടുമാണ് ആഭരണങ്ങൾ ഉണ്ടാക്കേണ്ടത്. അവരുടെ വേഷം നീലനിറത്തിലുള്ളതായിരിക്കണം.

ഏവം ശൃംഗാരിണഃ കാര്യാ
വേഷാ ദിവ്യാംഗനാശ്രയാഃ
അവസ്ഥാന്തരമാസാദ്യ
ശുദ്ധാഃ കാര്യാഃ പുനസ്തഥാ. 60

ഏവം - ഇപ്രകാരം
ദിവ്യാംഗനാശ്രയാഃ - ദിവ്യസ്ത്രീകളെ ആശ്രയിച്ചുള്ള
ശൃംഗാരിണഃ വേഷാഃ കാര്യാഃ - ശൃംഗാരവേഷങ്ങൾ ചെയ്യേണ്ടതാണ്
പുനഃ - പിന്നീട്

അവസ്ഥാന്തരം ആസാദ്യ	-	മറ്റൊരവസ്ഥയിൽ എത്തുമ്പോൾ
തദാ	-	അപ്പോൾ
ശുദ്ധാഃ കാര്യാഃ	-	ശുദ്ധമായ വേഷവും ആക്കണം

മുകളിൽ പറഞ്ഞ പ്രകാരത്തിലാണ് ദിവ്യസ്ത്രീകളെ സംബന്ധിക്കുന്ന ശൃംഗാരവേഷങ്ങൾ ചെയ്യേണ്ടത്. അവർക്കുതന്നെ അവസ്ഥയ്ക്കു മാറ്റം വരുമ്പോൾ ലളിതമായ വേഷവും ആകാം.

മാനുഷീണാം തു കർത്തവ്യാ
നാനാദേശസമുത്ഭവാഃ
വേഷാസ്ത്വാഭരണോപേതാ
സ്താംശ്ച സമ്യങ്നിബോധത. 61

മാനുഷീണാം തു	-	മനുഷ്യസ്ത്രീകളുടെയാകട്ടെ
ആഭരണോപേതാഃ വേഷാഃ	-	ആഭരണങ്ങളും വേഷങ്ങളും
നാനാദേശസമുത്ഭവാഃ	-	പല ദേശങ്ങളിൽ ഉണ്ടായവ
കർത്തവ്യാഃ	-	ചെയ്യേണ്ടതാണ്
താൻ ച	-	അവയെയും
സമ്യക് നിബോധത	-	ശരിയായി ബോധിപ്പിക്കാം

മനുഷ്യസ്ത്രീകളുടെ വേഷവും ആഭരണങ്ങളും മറ്റുമാകട്ടെ, പല ദേശങ്ങളെ ആശ്രയിച്ച് പല തരത്തിലുള്ളവയാണ്. അവയെക്കുറിച്ച് ഇനി വിവരിക്കാം.

അവന്തിയുവതീനാം തു
ശിരഃ സാളകകുന്തളം
ഗൗഡീനാമളകപ്രായം
സശിഖാപാശവേണികം. 62

അവന്തിയുവതീനാം തു	-	അവന്തിരാജ്യത്തെ സ്ത്രീകൾക്കാകട്ടെ
ശിരഃ	-	തലയിൽ
സാളകകുന്തളം	-	കൊണ്ടകെട്ടും കുറുനിരകളും
ഗൗഡീനാം	-	ഗൗഡസ്ത്രീകൾക്ക്
അളകപ്രായം	-	കുറുനിരകളും
സശിഖാപാശവേണികം	-	മെടഞ്ഞിട്ട മുടിയും

തലയിൽ കൊണ്ടകെട്ടും കുറുനിരകളുമാണ് അവന്തിരാജ്യത്തെ സ്ത്രീകൾക്കു വേണ്ടത്. ഗൗഡരാജ്യത്തെ സ്ത്രീകൾക്കാകട്ടെ മെടഞ്ഞിട്ട മുടിയും കുറുനിരകളുമാണ് വേണ്ടത്.

ആഭീരയുവതീനാം ച
ദ്വിവേണീധരമേവ തു
ശിരഃ പരിഗമഃ കാര്യോ
നീലപ്രായമഥാംബരം. 63

ആഭീരയുവതീനാം തു - ആഭീരയുവതികൾക്കാകട്ടെ
ദ്വിവേണീധരം ഏവ ച - മുടി രണ്ടായി മെടഞ്ഞിട്ടുതന്നെ
ശിരഃ പരിഗമഃ കാര്യഃ - തലയിൽ മൂടുപടം വേണം
അഥ അംബരം - പിന്നെ വസ്ത്രം
നീലപ്രായം - നീലനിറമായിരിക്കണം

ആഭീരയുവതികളാകട്ടെ മുടി രണ്ടായി മെടഞ്ഞിടുകയാണ് ചെയ്യുന്നത്. അവർക്ക് തലയിൽ മൂടുപടവും ഉണ്ട്. അവരുടെ വസ്ത്രം മിക്കവാറും നീലനിറമായിരിക്കും.

തഥാ പൂർവ്വോത്തരസ്ത്രീണാം
സമുന്നദ്ധശിഖണ്ഡകം
ആകേശാഛാദനം താസാം
വേഷകർമ്മണി കീർത്തിതം. 64

തഥാ - അതുപോലെ
പൂർവ്വോത്തരസ്ത്രീണാം - കിഴക്കു വടക്കുദേശത്തെ സ്ത്രീകൾക്ക്
സമുന്നദ്ധശിഖണ്ഡകം - മുകളിലേക്കു കെട്ടിവെച്ച മുടി
താസാം വേഷകർമ്മണി - അവരുടെ വേഷവിധാനത്തിൽ
ആകേശാഛാദനം - മുടിയോടെ മൂടുപടമിടൽ
കീർത്തിതം - പറഞ്ഞിരിക്കുന്നു

കിഴക്കു വടക്കുദേശത്തെ സ്ത്രീകളുടെ രീതി മുകളിലേക്കു മുടി കെട്ടിവെക്കുന്നതാണ്. അവരാകട്ടെ മുടിയോടുകൂടെ മൂടുപടമിടുകയും ചെയ്യുന്നു. അങ്ങനെയാണവരുടെ വേഷം.

തഥൈവ ദക്ഷിണസ്ത്രീണാം
കാര്യമുല്ലേഖ്യസംജ്ഞിതം
കുംഭീപദകസംയുക്തം
തഥാവർത്തലലാടികം. 65

തഥാ ഏവ - അപ്രകാരം തന്നെ
ദക്ഷിണസ്ത്രീണാം - ദക്ഷിണദേശത്തെ സ്ത്രീകൾക്ക്
ഉല്ലേഖ്യസംജ്ഞിതം കാര്യം - കുറികൾ എന്ന പേരോടുകൂടിയത് ചെയ്യേണ്ടതാണ്
കുംഭീപദസംയുക്തം - താലിയോടും പതക്കത്തോടും
- കൂടിയത്
തഥാ - അതുപോലെ
ആവർത്തലലാടികം - നെറ്റിപ്പൊട്ടുകളും

തെക്കൻപ്രദേശത്തെ സ്ത്രീകൾക്ക് കുറി തൊടുന്നത് പ്രധാനമാണ്. അതുപോലെ താലിയും പതക്കവും നെറ്റിപ്പൊട്ടും അവരുടെ വേഷവിധാനത്തിന്റെ സവിശേഷതകളാണ്.

ദേശജാതിവിശേഷേണ
ശേഷാണാമപി കാരയേത്
വേഷം തഥാ ചാഭരണം
ക്ഷുരകർമ്മപരിച്ഛദം. 66

ദേശജാതിവിശേഷേണ - ദേശവിശേഷവും ജാതിവിശേഷവും കണക്കിലെടുത്ത്
ശേഷാണാമപി - ബാക്കിയുള്ളവർക്കും
വേഷം തഥാ ആഭരണം - വേഷവും ആഭരണവും
ക്ഷുരകർമ്മപരിച്ഛദം ച - ക്ഷൗരവും വസ്ത്രവും
കാരയേത് - ചെയ്യേണ്ടതാണ്

ദേശഭേദവും ജാതിഭേദവും കണക്കിലെടുത്ത് ബാക്കിയുള്ളവർക്കും വേഷവും അലങ്കാരവും ക്ഷൗരവും വസ്ത്രവുമെല്ലാം ഉചിതമായി ചെയ്യേണ്ടതാണ്.

അദേശയുക്തോ വേഷോ ഹി
ന ശോഭാം ജനയിഷ്യതി
മേഖലോരസി ബദ്ധാ തു
ഹാസ്യം സമുപവാദയേത്. 67

അദേശയുക്തഃ ഹി വേഷഃ - ദേശത്തിനു യോജിക്കാത്ത വേഷം
ശോഭാം ന ജനയിഷ്യതി - സൗന്ദര്യത്തെ ഉണ്ടാക്കുകയില്ല
ഉരസി ബദ്ധാ - മാറിടത്തിൽ കെട്ടിയ
മേഖലാ തു - അരഞ്ഞാൺ ആകട്ടെ
ഹാസ്യം സമുപവാദയേത് - പരിഹാസം ഉണ്ടാക്കും

ദേശത്തിനു നിരക്കാത്ത തരത്തിലുള്ള വേഷവിധാനങ്ങൾ ഒരിക്കലും ശോഭ ഉണ്ടാക്കുകയില്ല . അരഞ്ഞാൺ മാറിടത്തിൽ കെട്ടിയാൽ അത് പരിഹാസത്തിന് വഴിയൊരുക്കും. വേഷവിധാനങ്ങൾ ചെയ്യുന്നത് ഔചിത്യപൂർവ്വമായിരിക്കണം എന്ന് മുനി ഇവിടെ ഓർമ്മിപ്പിക്കുന്നു.

തഥാ പ്രോഷിതകാന്താസു
വ്യസനാഭിഹതാസു ച
വേഷോ വൈ മലിനഃ കാര്യഃ
ഏകവേണീധരം ശിരഃ. 68

പ്രോഷിതകാന്താസു - ദേശാന്തരം പോയവരുടെ ഭാര്യമാരിൽ
തഥാ വ്യസനാഭിഹതാസു ച - അതുപോലെ ദുഃഖാർത്തരായ സ്ത്രീകളിലും
മലിനഃ വേഷഃ - തെളിച്ചമില്ലാത്ത വേഷം
ഏകവേണീധരം ശിരഃ - ഒന്നിച്ച് കെട്ടിയിട്ട മുടി
കാര്യഃ വൈ - ചെയ്യേണ്ടതാണ്

ദേശാന്തരം പോയവരുടെ ഭാര്യമാരിലും അതുപോലെ ദുഃഖിതകളായ സ്ത്രീകളിലും ശ്രദ്ധയില്ലാത്ത തരത്തിലുള്ള വേഷവും ചീകാതെ ഒറ്റയായി കെട്ടിയിട്ടിരിക്കുന്ന മുടിയും ഒക്കെയാണ് ചെയ്യേണ്ടത്.

വിപ്രലംഭേ തു നാര്യാസ്തു
ശുദ്ധോ വേഷോ ഭവേദിഹ
നാത്യാഭരണസംയുക്തോ
ന ചാപി മൃജയാന്വിതഃ. 69

ഇഹ വിപ്രലംഭേ തു - ഇവിടെ വിരഹകാലത്താകട്ടെ
നാര്യാഃ തു - സ്ത്രീയുടെ
വേഷഃ ശുദ്ധഃ ഭവേത് - വേഷം ശുദ്ധമായിരിക്കണം
അത്യാഭരണയുക്തഃ ന - വളരെയധികം ആഭരണങ്ങൾ പാടില്ല
മൃജയാന്വിതഃ ച ന - സുഗന്ധതൈലങ്ങളും പാടില്ല

വിരഹാവസ്ഥയിലുള്ള സ്ത്രീയെ വളരെയധികം ആഭരണങ്ങളില്ലാതെ, സുഗന്ധതൈലങ്ങളൊന്നും ഉപയോഗിക്കാതെ ശുദ്ധവേഷത്തിലാണ് ഒരുക്കേണ്ടത്.

ഏവം സ്ത്രീണാം ഭവേദ്വേഷോ
ദേശാവസ്ഥാസമുത്ഭവഃ
പുരുഷാണാം പുനശ്ചൈവ
വേഷാൻ വക്ഷ്യാമി തത്ത്വതഃ. 70

ഏവം സ്ത്രീണാം - ഇപ്രകാരം സ്ത്രീകളുടെ
ദേശാവസ്ഥാസമുത്ഭവഃ - ദേശത്തിനും അവസ്ഥയ്ക്കുമനുസരിച്ച
വേഷഃ ഭവേത് - വേഷമാകും
പുനഃ ച - ഇനി
പുരുഷാണാം വേഷാൻ - പുരുഷന്മാരുടെ വേഷങ്ങളെ
തത്ത്വതഃ വക്ഷ്യാമി - വേണ്ടരീതിയിൽ പറയാം

ദേശവും അവസ്ഥയും കണക്കിലെടുത്ത് സ്ത്രീകളുടെ വേഷവിധാനങ്ങൾ എങ്ങനെയായിരിക്കണം എന്നാണ് ഇതുവരെ പറഞ്ഞത്. ഇനി പുരുഷന്മാരുടെ വേഷവിധാനങ്ങൾ എങ്ങനെയായിരിക്കണം എന്നു പറയാം

അംഗരചന

തത്രാംഗരചനാ പൂർവ്വം
കർത്തവ്യാ നാട്യയോക്തൃഭിഃ
അതഃ പരം പ്രയോക്തവ്യാ
വേഷാ ദേശസമുത്ഭവാഃ. 71

തത്ര പൂർവ്വം - അവിടെ ആദ്യമായി
നാട്യയോക്തൃഭിഃ - നാട്യപ്രയോക്താക്കളാൽ
അംഗരചനാ കർത്തവ്യാ - അംഗരചന ചെയ്യേണ്ടതാണ്
അതഃ പരം - അതിനുശേഷം
ദേശസമുത്ഭവാഃ വേഷാഃ - ദേശത്തിനു യോജിച്ച വേഷങ്ങൾ
പ്രയോക്തവ്യാഃ - പ്രയോഗിക്കേണ്ടതാണ്

പുരുഷന്മാർ ആദ്യം ചെയ്യേണ്ടത് മുഖത്തും മറ്റും തേപ്പു നടത്തുക എന്ന അംഗരചനയാണ്. അതിനുശേഷമാണ് ഓരോ ദേശത്തിനും യോജിക്കുന്ന വിധത്തിലുള്ള വേഷങ്ങളണിയേണ്ടത്.

സ്വാഭാവികവർണ്ണങ്ങൾ

സിതോ നീലശ്ച പീതശ്ച
ചതുർത്ഥോ രക്ത ഏവ ച
ഏതേ സ്വാഭാവികാ വർണ്ണാ
യൈഃ കാര്യം ത്വംഗവർത്തനം. 72

സിതഃ നീലഃ ച പീതഃ ച	- വെളുപ്പ്, നീല, മഞ്ഞ
ചതുർത്ഥഃ രക്ത ഏവ ച	- നാലാമതായ ചുമപ്പും
ഏതേ സ്വാഭാവികാഃ വർണ്ണാഃ	ഇവയാണ് സ്വാഭാവികവർണ്ണങ്ങൾ
യൈഃ തു	- യാതൊന്നുകൊണ്ടാണോ
അംഗവർത്തനം കാര്യം	- അവയവങ്ങൾക്ക് നിറഭേദം വരുത്തേണ്ടത്

വെളുപ്പ്, നീല, മഞ്ഞ, ചുമപ്പ് എന്നിവയാണ് നാല് സ്വാഭാവിക വർണ്ണങ്ങൾ. ഇവ ഉപയോഗിച്ചാണ് അവയവങ്ങൾക്ക് നിറഭേദം ഉണ്ടാക്കേണ്ടത്.

സംയുക്തവർണ്ണങ്ങൾ

സംയോഗജാഃ പുനശ്ചാന്യേ
ഉപവർണ്ണാ ഭവന്തി ഹി
താനഹം പ്രവക്ഷ്യാമി
യഥാ കാര്യാഃ പ്രയോക്തൃഭിഃ. 73

പുനഃ അന്യേ	- ഇതുകൂടാതെ വേറെ
സംയോഗജാഃ ഉപവർണ്ണാഃ ച	- സംയുക്തവർണ്ണങ്ങളും - ഉപവർണ്ണങ്ങളും
ഭവന്തി ഹി	- ഉണ്ട്
താൻ	- അവയെ
പ്രയോക്തൃഭിഃ	- പ്രയോക്താക്കളാൽ
യഥാ കാര്യാഃ	- എങ്ങനെ ഉണ്ടാക്കണമെന്ന്
അഹം പ്രവക്ഷ്യാമി	- ഞാൻ പറയാം

സ്വാഭാവികവർണ്ണങ്ങളെ കൂടാതെ സംയുക്തവർണ്ണങ്ങളും ഉപവർണ്ണങ്ങളും ഉണ്ട്. അവ എങ്ങനെ ഉണ്ടാക്കണമെന്നാണ് മുനി ഇനി പറയാൻ പോകുന്നത്. രണ്ടു സ്വാഭാവികവർണ്ണങ്ങൾ കൂട്ടിച്ചേർത്തു കിട്ടുന്നതാണ് സംയുക്തവർണ്ണം. പല വർണ്ണങ്ങളുടെ മിശ്രണംകൊണ്ട് കിട്ടുന്നതാണ് ഉപവർണ്ണം.

സിതനീലസമായോഗേ
കാരണ്ഡവ ഇതി സ്മൃതഃ
സിതപീതസമായോഗാത്
പാണ്ഡുവർണ്ണഃ പ്രകീർത്തിതഃ. 74

സിതനീലസമായോഗേ - വെളുപ്പിന്റേയും നീലയുടേയും കൂടിച്ചേരലിൽ
കാരണ്ഡവ ഇതി സ്മൃതഃ - കാരണ്ഡവം എന്ന നിറമാണ്
സിതപീതസമായോഗാത് - വെളുപ്പും മഞ്ഞയും ചേർന്നാൽ
പാണ്ഡുവർണ്ണഃ - പാണ്ഡുവർണ്ണം
പ്രകീർത്തിതഃ - കീർത്തിക്കപ്പെട്ടിരിക്കുന്നു

വെള്ളയും നീലയും കൂടിച്ചേർന്നാൽ കാരണ്ഡവനിറം കിട്ടും. വെള്ളയും മഞ്ഞയും കൂടിച്ചേർന്നാൽ പാണ്ഡുവർണ്ണമാണ് കിട്ടുന്നത്.

സിതരക്തസമായോഗേ
പത്മവർണ്ണഃ പ്രകീർത്തിതഃ
പീതനീലസമായോഗാ
ദ്ധരിതോ നാമ ജായതേ. 75

സിതരക്തസമായോഗേ - വെളുപ്പും ചുമപ്പും കലർന്നാൽ
പത്മവർണ്ണഃ - ചെന്താമരപ്പൂവിന്റെ നിറം
പ്രകീർത്തിതഃ - കീർത്തിക്കപ്പെട്ടിരിക്കുന്നു
പീതനീലസംയോഗാത് - മഞ്ഞയും നീലയും കൂടിയാൽ
ഹരിത നാമ ജായതേ - പച്ച എന്നത് ഉണ്ടാകുന്നു

വെളുപ്പും ചുമപ്പും കൂട്ടിക്കലർത്തിയാൽ ചെന്താമരപ്പൂവിന്റെ നിറവും മഞ്ഞയും നീലയും കലർത്തിയാൽ പച്ച നിറവും ഉണ്ടാകുന്നു.

നീലരക്തസമായോഗാത്
കഷായോ നാമ ജായതേ
രക്തപീതസമായോഗത്
ഗൗരവർണ്ണ ഇതി സ്മൃതഃ. 76

നീലരക്തസമായോഗാത് - നീലയും ചുമപ്പും ചേർന്നാൽ
കഷായഃ നാമ ജായതേ - കഷായനിറം (കടുത്ത ചുമപ്പ്) ഉണ്ടാകുന്നു
രക്തപീതസമായോഗാത് - ചുമപ്പും മഞ്ഞയും ചേർന്നാൽ
ഗൗരവർണ്ണഃ - ഗൗരവർണ്ണം
ഇതി സ്മൃതഃ - എന്നും സ്മരിച്ചിരിക്കുന്നു

നീലയും ചുമപ്പും ചേർന്നാൽ കഷായനിറവും ചുമപ്പും മഞ്ഞയും കലർന്നാൽ ഗൗരവർണ്ണവും ഉണ്ടാകുന്നു.

ഏതേ സംയോഗജാ വർണ്ണാ
ഉപവർണ്ണാസ്തഥാപരേ
ത്രിചതുർവർണ്ണസംയുക്താ
ബഹവഃ സംപ്രകീർത്തിതാഃ. 77

ഏതേ സംയോഗജാഃ വർണ്ണാഃ - ഇവയാണ് സംയുക്തവർണ്ണങ്ങൾ
ത്രിചതുർവർണ്ണസംയുക്താഃ - മൂന്നോ നാലോ വർണ്ണങ്ങൾ കൂടിച്ചേർന്ന്
അപരേ ബഹവഃ ഉപവർണ്ണാഃ - വേറെ വളരെയധികം ഉപവർണ്ണങ്ങൾ
തഥാ സംപ്രകീർത്തിതാഃ - അതുപോലെ കീർത്തിക്കപ്പെട്ടിട്ടുണ്ട്

ഇങ്ങനെ സംയോജകവർണ്ണങ്ങളെ പറഞ്ഞതിനുശേഷം ഉപവർണ്ണങ്ങളെന്തെന്നു പറയുന്നു. മൂന്നുനാലു വർണ്ണങ്ങൾ കൂട്ടിച്ചേർത്ത് ഉണ്ടാക്കാവുന്ന വളരെയധികം ഉപവർണ്ണങ്ങളുണ്ട്.

ഉപവർണ്ണങ്ങൾ

ബലസ്ഥോ യോ ഭവേദ്വർണ്ണ
സ്തസ്യ ഭാഗോ ഭവേത്തതഃ
ദുർബലസ്യ ച ഭാഗൗ ദ്വൗ
നീലം മുക്ത്വാ പ്രദാപയേത്. 78

ബലസ്ഥഃ യഃ വർണ്ണഃ - ബലത്തോടുകൂടിയ യാതൊരു വർണ്ണമുണ്ടോ
തസ്യ ഭാഗഃ ഭവേത് - അതിന്റെ ഒരു ഭാഗം ആവാം
ദുർബലസ്യ ച ദ്വൗ ഭാഗൗ - ബലം കുറഞ്ഞതിന്റെ രണ്ടു ഭാഗങ്ങൾ
നീലം മുക്ത്വാ പ്രദാപയേത് - നീലനിറത്തിനൊഴിച്ച് കൊടുക്കേണ്ടതാണ്

നിറങ്ങൾ കൂട്ടിച്ചേർക്കുമ്പോൾ ബലമുള്ള നിറത്തിന് ഒരു ഭാഗം, ബലം കുറഞ്ഞതിന് രണ്ടു ഭാഗം എന്നതാണ് രീതി. നീലനിറത്തിന് ഈ വ്യവസ്ഥ ശരിയാവില്ല.

നീലസ്യൈകോ ഭവേത് ഭാഗ
ശ്ചത്വാരോƒന്യേ തു വർണ്ണകേ
ബലവാൻ സർവ്വവർണ്ണാനാം
നീല ഏവ പ്രകീർത്തിതഃ. 79

നീലസ്യ ഏകഃ ഭാഗഃ നീലനിറത്തിന്റെ ഒരു ഭാഗം
അന്യേ വർണ്ണകേ തു മറ്റു നിറങ്ങളാകട്ടെ
ചത്വാരഃ ഭവേത് നാലുഭാഗം വേണം
സർവ്വവർണ്ണാനാം എല്ലാ നിറങ്ങളിലും വെച്ച്
നീല ഏവ ബലവാൻ നീല തന്നെ ശക്തൻ
പ്രകീർത്തിതഃ കീർത്തിക്കപ്പെട്ടിരിക്കുന്നു.

നീലനിറത്തിന്റെ ഒരു ഭാഗത്തോടൊപ്പം മറ്റു നിറങ്ങളുടെ നാലുഭാഗം ചേർക്കണം. മറ്റെല്ലാ നിറങ്ങളേക്കാളും ബലവാനായ നിറം നീലയാണ്.

ഏവം വർണ്ണവിധിം ജ്ഞാത്വാ
നാനാസംയോഗസംശ്രയം
തതഃ കുര്യാദ്യഥായോഗ
മംഗാനാം വർത്തനം ബുധഃ. 80

ഏവം - ഇപ്രകാരം
നാനാസംയോഗസംശ്രയം - പല വർണ്ണങ്ങൾ ചേർക്കേണ്ടുന്ന
വർണ്ണവിധിം ജ്ഞാത്വാ - വർണ്ണവിധിയെ മനസ്സിലാക്കിയിട്ട്
തതഃ - അതിനുശേഷം
യഥായോഗം - യോജിപ്പനുസരിച്ച്
ബുധഃ - അറിവുള്ളവൻ
അംഗാനാം വർത്തനം കുര്യാത് - അവയവങ്ങൾക്ക് നിറഭേദം ചെയ്യണം

ഇപ്രകാരം പല വർണ്ണങ്ങൾ കൂട്ടിച്ചേർത്ത് വേണ്ടവിധത്തിലുള്ള വർണ്ണം ഉണ്ടാക്കുന്നതെങ്ങനെയെന്ന് മനസ്സിലാക്കിയതിനുശേഷം അവയവങ്ങൾക്ക് യോജിച്ച വർണ്ണങ്ങളോടെ രൂപം കൊടുക്കണം.

വർത്തനാ ഛാദനം രൂപം
സ്വവേഷപരിവർത്തിതം
നാട്യധർമ്മപ്രവൃത്തം തു
ജ്ഞേയം തത് പ്രകൃതിസ്ഥിതം. 81

വർത്തന, ഛാദനം, രൂപം - വർത്തന, ഛാദനം, രൂപം എന്നിവ
സ്വവേഷപരിവർത്തിതം - സ്വന്തം വേഷത്തിന്റെ പരിവർത്തനമാണ്
നാട്യധർമ്മപ്രവൃത്തം തു - നാട്യധർമ്മമനുസരിച്ച് ചെയ്യുമ്പോൾ ആകട്ടെ
തത് - അത്
പ്രകൃതിസ്ഥിതം ജ്ഞേയം - പ്രകൃതിക്കു യോജിച്ചതാകണം

വർത്തന, ഛാദനം, രൂപം എന്നിവയെല്ലാം സ്വന്തം വേഷപ്പകർച്ച എന്നതിന്റെ പര്യായപദങ്ങളാണ് . നാട്യധർമ്മമനുസരിച്ച് ചെയ്യുന്ന ഈ വേഷപ്പകർച്ച കഥാപാത്രത്തിന്റെ പ്രകൃതിക്കു യോജിച്ചതായിരിക്കണം.

സ്വവർണ്ണമാത്മനശ്ഛാദ്യം
വർണ്ണകൈർവേഷസംശ്രയൈഃ
ആകൃതിസ്തസ്യ കർത്തവ്യാ
യസ്യ പ്രകൃതിരാസ്ഥിതാ. 82

വേഷസംശ്രകൈഃ വർണ്ണൈഃ - വേഷത്തിന് ആശ്രയിക്കുന്ന വർണ്ണങ്ങളെക്കൊണ്ട്
ആത്മനഃ സ്വവർണ്ണം - തന്റെ സ്വന്തം നിറത്തെ
ഛാദ്യം - മറയ്ക്കേണ്ടതാണ്

യസ്യ പ്രകൃതിഃ ആസ്ഥിതാ - യാതൊരു പ്രകൃതിയാണോ സ്വീകരിക്കുന്നത്

തസ്യ ആകൃതിഃ കർത്തവ്യാ - അതിന്റെ ആകൃതിയും ഉണ്ടാക്കണം

വേഷപ്പകർച്ചയ്ക്കുവേണ്ടി ഉപയോഗിക്കുന്ന നിറങ്ങളെക്കൊണ്ട് തന്റെ സ്വന്തം നിറം മറയ്ക്കേണ്ടതാണ്. ഏതൊരു കഥാപാത്രപ്രകൃതിയെയാണോ സ്വീകരിക്കുന്നത് അതിനനുസരിച്ച ആകൃതിയും ഉണ്ടാക്കണം.

യഥാ ജന്തുഃ സ്വഭാവം സ്വം
പരിത്യജാന്യദൈഹികം
തത്സ്വഭാവം ഹി ഭജതേ
ദേഹാന്തരമുപാശ്രിതഃ

വേഷേണ വർണ്ണകൈശ്ചൈവ
ഛാദിതഃ പുരുഷസ്തഥാ
പരഭാവം പ്രകുരുതേ
യസ്യ വേഷം സമാശ്രിതഃ. 83

യഥാ ജന്തുഃ	-	എപ്രകാരമാണോ ജീവൻ
സ്വം സ്വഭാവം പരിത്യജ്യ	-	തന്റെ സ്വഭാവത്തെ ഉപേക്ഷിച്ച്
അന്യദൈഹികം ഭജതേ	-	മറ്റൊരു ദേഹത്തെ പ്രാപിക്കുന്നത്
ദേഹാന്തരം ഉപാശ്രിതഃ(തത്)	-	വേറൊരു ദേഹത്തെ ആശ്രയിക്കുന്ന അത്
തത്സ്വഭാവം ഹി (ഭജതേ)	-	അതിന്റെ സ്വഭാവത്തെ പ്രകടമാക്കുന്നത്
തഥാ	-	അപ്രകാരം
വേഷേണ വർണ്ണകൈഃ ച ഏവ	-	വേഷംകൊണ്ടും ചമയങ്ങളെക്കൊണ്ടും
ഛാദിതഃ പുരുഷഃ	-	മറയ്ക്കപ്പെടുന്ന പുരുഷൻ
യസ്യ വേഷം സമാശ്രിതഃ	-	ആരുടെ വേഷത്തെ ആശ്രയിക്കുന്നുവോ
പരഭാവം പ്രകുരുതേ	-	ആ അന്യന്റെ ഭാവത്തെ ചെയ്യുന്നു

ഒരു ജന്തു എപ്രകാരമാണോ മറ്റൊരു ദേഹത്തെ സ്വീകരിക്കുമ്പോൾ തന്റെ സ്വഭാവമുപേക്ഷിച്ച് ആ അന്യദേഹത്തിനനുസരിച്ച സ്വഭാവത്തെ പ്രാപിക്കുന്നത് അപ്രകാരം വേഷവിധാനങ്ങളിലൂടെ മാറ്റൊരാളായി ചമയുന്ന നടൻ, ആരുടെ വേഷമാണോ താൻ സ്വീകരിച്ചിട്ടുള്ളത് ആ കഥാപാത്രത്തിന്റെ സ്വഭാവത്തെ പ്രകടമാക്കുന്നു.

പ്രാണ്യപ്രാണിഭേദം

ദേവദാനവഗന്ധർവ്വ
യക്ഷരാക്ഷസപന്നഗാഃ
പ്രാണിസംജ്ഞാഃ സ്മൃതാ ഹ്യേതേ
ജീവബന്ധാശ്ച യേ പരേ. 84

ദേവദാനവഗന്ധർവ്വ യക്ഷരാക്ഷസപന്നഗാഃ - ദേവന്മാർ, അസുരന്മാർ, ഗന്ധർവ്വന്മാർ, യക്ഷന്മാർ, രാക്ഷസന്മാർ, പാമ്പുകൾ തുടങ്ങിയവ

യേ പരേ ജീവബന്ധാഃ ച - മറ്റു ജീവനുള്ളവയും

ഏതേ പ്രാണിസംജ്ഞാഃ

സ്മൃതാ ഹി - ഇവ പ്രാണി എന്ന പേരോടുകൂടിയവരാണ്

ദേവന്മാർ, അസുരന്മാർ, ഗന്ധർവ്വന്മാർ, യക്ഷന്മാർ, രാക്ഷസന്മാർ, പാമ്പുകൾ തുടങ്ങിയവയും ജീവനുള്ള മറ്റുള്ളവയും ആണ് പ്രാണി എന്ന പേരിൽ അറിയപ്പെടുന്നത്.

ശൈലപ്രാസാദയന്ത്രാണി
ചർമ്മവർമ്മധ്വജാസ്തഥാ
നാനാപ്രഹരണാദ്യാശ്ച
തേഽപ്രാണിന ഇതി സ്മൃതാഃ. 85

ശൈലപ്രാസാദയന്ത്രാണി - പർവ്വതങ്ങൾ, മാളികകൾ, യന്ത്രങ്ങൾ

തഥാ ചർമ്മവർമ്മധ്വജാഃ - അതുപോലെ പരിച, മാർച്ചട്ട, കൊടിമരം

നാനാപ്രഹരണാദ്യാഃ ച - പല തരത്തിലുള്ള ആയുധങ്ങളും

തേ അപ്രാണിനഃ ഇതി സ്മൃതാഃ - ഇവർ അപ്രാണികൾ എന്ന് പറയപ്പെട്ടിരിക്കുന്നു

പർവ്വതങ്ങൾ, മാളികകൾ, പരിച, മാർച്ചട്ട, കൊടിമരം, പലതരത്തിലുള്ള ആയുധങ്ങൾ എന്നിവയെല്ലാം അപ്രാണികളാണ്.

അഥവാ കാരണോപേതാ
ഭവന്ത്യേതേ ശരീരിണഃ
വേഷഭാഷാശ്രയോപേതാ
നാട്യധർമ്മമവേക്ഷ്യ തു. 86

അഥവാ - അല്ലെങ്കിൽ

നാട്യധർമ്മം അവേക്ഷ്യ തു - നാട്യധർമ്മം അനുസരിച്ച്

കാരണോപേതാഃ - കാരണത്തോടുകൂടിയവരാകുമ്പോൾ

വേഷഭാഷാസമാശ്രയോപേതാഃ - വേഷവും ഭാഷയും ആശ്രയമായി വരുമ്പോൾ

ഏതേ ശരീരിണഃ ഭവന്തി - ഇവ പ്രാണികളായിത്തീരുന്നു

അല്ലെങ്കിൽ നാട്യധർമ്മമനുസരിച്ച് കാരണമുണ്ടാകുമ്പോൾ അപ്രാണികളെന്നു മുമ്പേ പറഞ്ഞവയെല്ലാം വേഷവും ഭാഷയും ആശ്രയമായുള്ള പ്രാണികളായിത്തീരുന്നു.

വർണ്ണാനാം തു വിധിം ജ്ഞാത്വാ
വയഃ പ്രകൃതിമേവ ച
കുര്യാദംഗസ്യ രചനാം
ദേശജാതിസമാശ്രിതാം. 87

വർണ്ണാനാം തു വിധിം - നിറങ്ങളുടെ വിധിയെ
ഏവം വയഃ പ്രകൃതിം ച - അപ്രകാരം വയസ്സും പ്രകൃതിയും
ജ്ഞാത്വാ - മനസ്സിലാക്കിയിട്ട്
ദേശജാതിസമാശ്രിതാം - ദേശത്തിനും ജാതിക്കും അനുസരിച്ച്
അംഗസ്യ രചനാം കുര്യാത് - അംഗരചന ചെയ്യേണ്ടതാണ്

നിറങ്ങൾ എങ്ങനെയെല്ലാമാണ് ചേർക്കേണ്ടത് എന്നതിനെക്കുറിച്ചും അതുപോലെ കഥാപാത്രത്തിന്റെ വയസ്സും പ്രകൃതിയും നല്ലപോലെ മനസ്സിലാക്കിയും ദേശത്തിനും ജാതിക്കും അനുസരിച്ചാണ് അംഗരചന (രൂപം) ചെയ്യേണ്ടത്.

കഥാപാത്രങ്ങളുടെ നിറങ്ങൾ

ദേവാ ഗൗരാസ്തു വിജ്ഞേയാ
യക്ഷാശ്ചാപ്സരസസ്തഥാ
രുദ്രാർക്കദ്രുഹിണസ്കന്ദാ
സ്തപനീയസമപ്രഭാഃ. 88

ദേവാഃ യക്ഷാഃ തഥാ - ദേവന്മാർ, യക്ഷന്മാർ, അതുപോലെ
അപ്സരസഃ ച   അപ്സരസ്സുകൾ
ഗൗരാഃ തു വിജ്ഞേയാഃ - ഗൗരവർണ്ണം (മഞ്ഞ കലർന്ന ചുവപ്പ്) എന്നറിയണം
രുദ്രാർക്കദ്രുഹിണസ്കന്ദാഃ - രുദ്രൻ, സൂര്യൻ, ബ്രഹ്മാവ്, സുബ്രഹ്മണ്യൻ എന്നിവർ
തപനീയസമപ്രഭാഃ - സ്വർണ്ണത്തിനു തുല്യമായ നിറമുള്ളവർ

ദേവന്മാർ, യക്ഷന്മാർ, അപ്സരസ്സുകൾ എന്നിവർക്ക് കൊടുക്കേണ്ടത് ഗൗരവർണ്ണമാണ്. രുദ്രൻ, സൂര്യൻ, ബ്രഹ്മാവ്, സുബ്രഹ്മണ്യൻ എന്നിവർക്ക് സ്വർണ്ണനിറമാണ് വേണ്ടത്.

സോമോ ബൃഹസ്പതിഃ ശുക്രോ
വരുണസ്താരകാഗണഃ
സമുദ്രോ ഹിമവാൻ ഗംഗാ
ശ്വേതാ കാര്യാസ്തു വർണ്ണതഃ. 89

സോമഃ ബൃഹസ്പതിഃ ശുക്രഃ - ചന്ദ്രൻ, ബൃഹസ്പതി, ശുക്രൻ
വരുണഃ താരകാഗണഃ - വരുണൻ, നക്ഷത്രക്കൂട്ടം
സമുദ്രഃ ഹിമവാൻ ഗംഗാ - സമുദ്രം, ഹിമാലയം, ഗംഗ
വർണ്ണതഃ തു - നിറത്തിലാകട്ടെ
ശ്വേതാഃ കാര്യാഃ - വെളുത്തതായി ചെയ്യണം

ചന്ദ്രൻ, ബൃഹസ്പതി, ശുക്രൻ, വരുണൻ, നക്ഷത്രങ്ങൾ, സമുദ്രം, ഹിമവാൻ, ഗംഗ എന്നിവയ്ക്കെല്ലാം കൊടുക്കേണ്ടത് വെളുത്ത നിറമാണ്.

രക്തമംഗാരകം വിദ്യാത്
പീതൗ ബുധഹുതാശനൗ
നാരായണോ നരശ്ചൈവ
ശ്യാമോ നാഗശ്ച വാസുകിഃ. 90

അംഗാരകം രക്തം വിദ്യാത് - ചൊവ്വയുടെ നിറം ചുവപ്പ് ആവണം
ബുധഹുതാശനൗ പീതൗ - ബുധനും അഗ്നിയും മഞ്ഞ
നാരായണഃ നരഃ ഏവ ച - നാരായണനും നരനും
നാഗഃ വാസുകിഃ ച - വാസുകി എന്ന നാഗത്തിനും
ശ്യാമഃ - നീലനിറം

ചൊവ്വയ്ക്ക് നിറം ചുവപ്പ്, ബുധനും അഗ്നിക്കും മഞ്ഞ, നരനാരായണന്മാർക്കും വാസുകിനാഗത്തിനും നീല എന്നിങ്ങനെ നിറങ്ങൾ കൊടുക്കേണ്ടതാണ്.

ദൈത്യാശ്ച ദാനവാശ്ചൈവ
രാക്ഷസാ ഗുഹ്യകാ നഗാഃ
പിശാചാ യമ ആകാശ
മസിതാനി തു വർണ്ണതഃ. 91

ദൈത്യാഃ ദാനവാഃ ച - ദൈത്യന്മാരും ദാനവന്മാരും
രാക്ഷസാ ഗുഹ്യകാഃ നഗാഃ - രാക്ഷസന്മാർ, ഗുഹ്യകന്മാർ, പർവ്വതങ്ങൾ
പിശാചാഃ യമഃ ആകാശം ച - പിശാചങ്ങൾ, യമൻ, ആകാശം എന്നിവ
വർണ്ണതഃ തു അസിതാനി - വർണ്ണം കൊണ്ട് കറുപ്പാണ്

ദിതിപുത്രന്മാരും ദനുപുത്രന്മാരുമായ അസുരന്മാർ, രാക്ഷസന്മാർ, ഗുഹ്യകന്മാർ, പർവ്വതങ്ങൾ, പിശാചങ്ങൾ, യമൻ, ആകാശം എന്നിവയ്ക്കെല്ലാം കൊടുക്കേണ്ട നിറം കറുപ്പാണ്

ഭവന്തി ഷട്സു ദ്വീപേഷു
യേ നരാ വർണ്ണതസ്തു തേ
കർത്തവ്യാ നാട്യയോഗേന
നിഷ്ടപ്തകനകപ്രഭാഃ. 92

ഷട്സു ദ്വീപേഷു - ആറു ദ്വീപങ്ങളിൽ
യേ നരാഃ ഭവന്തി തേ - ഏതൊരു മനുഷ്യരാണോ ഉള്ളത് അവർ
നാട്യയോഗേന - നാട്യപ്രയോഗത്തിൽ
നിഷ്ടപ്തകനകപ്രഭാഃ കർത്തവ്യാഃ - ഉരുക്കിയ സ്വർണ്ണത്തിന്റെ നിറമുള്ളവരാക്കണം

ജംബുദ്വീപമൊഴികെയുള്ള മറ്റ് ആറു ദ്വീപങ്ങളിൽ ഉള്ള മനുഷ്യരെ നാട്യപ്രയോഗത്തിൽ വരുമ്പോൾ ഉരുക്കിയ സ്വർണ്ണത്തിന്റെ നിറമുള്ളവരായി ഒരുക്കേണ്ടതാണ്.

(സപ്തദ്വീപങ്ങൾ ജംബുദ്വീപം ഏഷ്യ, പ്ളക്ഷദ്വീപം തെക്കേ അമേരിക്ക, പുഷ്കരദ്വീപം വടക്കേ അമേരിക്ക, ക്രൗഞ്ചദ്വീപം ആഫ്രിക്ക, ശാകദ്വീപം യൂറോപ്പ്, ശാല്മലദ്വീപം ആസ്ത്രേലിയ, കുശദ്വീപം ഓഷ്യാനിയ)

ജംബുദ്വീപസ്യ വർഷേഷു
നാനാവർണ്ണാശ്രയാഃ നരാഃ
ഉത്തരാ കുരവാ യേ ച
തേ ചാപി കനകപ്രഭാഃ. 93

ജംബുദ്വീപസ്യ വർഷേഷു - ജംബുദ്വീപത്തിന്റെ ഖണ്ഡങ്ങളിൽ
നാനാവർണ്ണസമാശ്രയാഃ നരാഃ- പല നിറത്തിലുള്ള മനുഷ്യർ ഉണ്ട്
യേ ച ഉത്തരാ കുരവഃ - ഉത്തരകുരുവർഷത്തിലുള്ളവർ ആരാണോ
തേ അപി കനകപ്രഭാഃ ച - അവരും സ്വർണ്ണനിറക്കാർ തന്നെ

ജംബുദ്വീപത്തിന്റെ പല ഖണ്ഡങ്ങളിലായി പല നിറത്തിലുള്ള മനുഷ്യരുണ്ട്. എന്നാൽ ഉത്തരകുരുവർഷത്തിലുള്ളവർ മറ്റു ദ്വീപങ്ങളിലുള്ളവരെപ്പോലെ സ്വർണ്ണനിറമുള്ളവരാണ്.

(ജംബുദ്വീപത്തിലെ ഒമ്പതു ഖണ്ഡങ്ങൾ അഥവാ വർഷങ്ങൾ ഭാരതം, കിംപുരുഷം, ഹരി, ഇളാവൃതം, രമ്യകം, ഹിരണ്മയം , ഉത്തരകുരു ഭദ്രാശ്വം, കേതുമാലം)

ഭദ്രാശ്വേ പുരുഷാഃ ശ്വേതാഃ
കർത്തവ്യാ വർണ്ണതോ ബുധൈഃ
കേതുമാലേ നരാ നീലാ
ഗൗരാഃ ശേഷേഷു കീർത്തിതാഃ. 94

ബുധൈഃ - പണ്ഡിതന്മാരാൽ
ഭദ്രാശ്വേ പുരുഷാഃ - ഭദ്രാശ്വവർഷത്തിലെ പുരുഷന്മാർ
വർണ്ണതഃ ശ്വേതാഃ കർത്തവ്യാഃ - നിറത്തിൽ വെളുത്തതായി ചെയ്യേണ്ടതാണ്
കേതുമാലേ നരാഃ നീലാഃ - കേതുമാലത്തിലെ ആളുകൾ നീലനിറം
ശേഷേഷു ഗൗരാഃ - ബാക്കിയുള്ളവർക്ക് ഗൗരവർണ്ണവും
കീർത്തിതാഃ - കീർത്തിക്കപ്പെട്ടിരിക്കുന്നു

ഭദ്രാശ്വവർഷത്തിലുള്ളവർ വെളുത്ത നിറക്കാരാണ്. കേതുമാലവർഷത്തിലുള്ളവരുടെ നിറം നീലയാണ്. ബാക്കിയുള്ള ഖണ്ഡങ്ങളിലുള്ളവരുടെയെല്ലാം നിറം ഗൗരമാണ്. നാട്യത്തിൽ ഓരോരുത്തർക്കും ഉചിതമായ നിറം കൊടുക്കാൻ ശ്രദ്ധിക്കേണ്ടതാണ്.

നാനാവർണ്ണാഃ സ്മൃതാ ഭൂതാ
ഗന്ധർവ്വാശ്ച സപന്നഗാഃ
വിദ്യാധരാസ്തഥാ ചൈവ
പിതരശ്ച സവാനരാഃ. 95

ഭൂതാഃ സപന്നഗാഃ	-	ഭൂതങ്ങൾ, പന്നഗങ്ങൾ,
ഗന്ധർവ്വാഃ ച		ഗന്ധർവ്വന്മാർ
തഥാ ഏവ വിദ്യാധരാഃ ച	-	അതുപോലെതന്നെ വിദ്യാധരന്മാർ
സവാനരാഃ പിതരഃ ച	-	വാനരന്മാർ, പിതൃക്കൾ തുടങ്ങിയവർ
നാനാവർണ്ണാഃ സ്മൃതാഃ	-	പല നിറമുള്ളവരാണ്

ഭൂതങ്ങൾ, പന്നഗങ്ങൾ, ഗന്ധർവ്വന്മാർ, വിദ്യാധരന്മാർ, വാനരന്മാർ, പിതൃക്കൾ തുടങ്ങിയവരെല്ലാം പല നിറത്തിലുള്ളവരാണ്.

പുനശ്ച ഭാരതേ വർഷേ
താംസ്താൻ വർണ്ണാൻ നിബോധത
രാജാനഃ പത്മവർണ്ണാഃ സ്യുഃ
ശ്യാമാ ഗൗരാസ്തഥൈവ ച
യേ ചാപി സുഖിനോ മർത്ത്യാ
ഗൗരാഃ കാര്യാസ്തു തേ ബുധൈഃ. 96

പുനഃ ച ഭാരതേ വർഷേ	-	ഇനി ഭാരതവർഷത്തിൽ
താൻ താൻ വർണ്ണാൻ	-	അതാതു നിറങ്ങളെ
നിബോധത	-	മനസ്സിലാക്കുക
രാജാനഃ	-	രാജാക്കന്മാർ
പത്മവർണ്ണാഃ ശ്യാമാഃ	-	താമരനിറക്കാർ, നീലനിറക്കാർ
തഥൈവ ഗൗരാഃ ച സ്യുഃ	-	അതുപോലെ ഗൗരനിറക്കാരും ഉണ്ട്
യേ ച സുഖിനഃ മർത്ത്യാഃ	-	ആരാണോ സുഖികളായ മനുഷ്യർ
തേ അപി	-	അവരും
ബുധൈഃ	-	അറിവുള്ളവരാൽ
ഗൗരാഃ കാര്യാഃ	-	ഗൗരവർണ്ണത്തിൽ ചെയ്യണം

ഇനി ഭാരതവർഷത്തിലെ അതത് വർണ്ണങ്ങളെക്കുറിച്ച് മനസ്സിലാക്കുക. രാജാക്കന്മാർ ചെന്താമരനിറക്കാരും നീലനിറക്കാരും അതുപോലെ ഗൗരവർണ്ണക്കാരും ഉണ്ട്. സുഖികളായ മനുഷ്യർക്കും കൊടുക്കേണ്ടത് ഗൗരവർണ്ണമാണ്.

കുകർമ്മിണോ ഗ്രഹഗ്രസ്താ
വ്യാധിതാസ്തപസി സ്ഥിതാഃ
ആയസ്തകർമ്മിണശ്ചൈവ
ഹ്യസിതാശ്ച കുജാതയഃ. 97

കുകർമ്മിണഃ	-	ദുഷ്കർമ്മം ചെയ്യുന്നവർ
ഗ്രഹഗ്രസ്താഃ	-	ഭൂതബാധയേറ്റവർ
വ്യാധിതാഃ	-	രോഗികൾ
തപസി സ്ഥിതാഃ	-	തപസ്സു ചെയ്യുന്നവർ
ആയസ്തകർമ്മിണഃ ച ഏവ	-	ദേഹാദ്ധ്വാനം ചെയ്യുന്നവർ
കുജാതയഃ ഹി	-	നീചജാതിയിൽ പെട്ടവരും
അസിതാഃ ഹി	-	കറുപ്പുനിറമാണ്

ദുഷ്പ്രവൃത്തികൾ ചെയ്യുന്നവർ, ഭൂതബാധയേറ്റവർ, രോഗികൾ, തപസ്സനുഷ്ഠിക്കുന്നവർ, ശാരീരികാദ്ധ്വാനം ചെയ്യുന്നവർ, നീചജാതിയിൽ പെട്ടവർ എന്നിവരുടെ നിറം കറുപ്പാണ്.

ഋഷയശ്ചൈവ കർത്തവ്യാ
നിത്യം തു ബദരപ്രഭാ
തപസ്ഥിതാശ്ച ഋഷയോ
നിത്യമേവാസിതാ ബുധൈഃ. 98

ഋഷയഃ ച നിത്യം - മഹർഷിമാർ എല്ലായ്പ്പോഴും
ബദരപ്രഭാ തു കർത്തവ്യാഃ - ലന്തപ്പഴത്തിന്റെ നിറത്തോടെ ചെയ്യണം
തപസ്ഥിതാഃ ഋഷയഃ ച - തപസ്സനുഷ്ഠിക്കുന്ന മുനിമാർ
ബുധൈഃ - പണ്ഡിതന്മാരാൽ
നിത്യം ഏവ അസിതാഃ - എപ്പോഴും കറുപ്പുനിറത്തിൽ തന്നെ ചെയ്യണം

തേജസ്വികളായ മഹർഷിമാർക്ക് എപ്പോഴും ലന്തപ്പഴത്തിന്റെ നിറമാണ് കൊടുക്കേണ്ടത്. എന്നാൽ തപസ്സനുഷ്ഠിച്ചുകൊണ്ടിരിക്കുന്ന ഋഷിമാർക്ക് കൊടുക്കേണ്ട നിറം കറുപ്പാണ്.

കാരണവ്യപദേശേന
തഥാചാത്മേച്ഛയാ പുനഃ
വർണ്ണസ്ത്വന്യഃ പ്രയോക്തവ്യോ
ദേശജാതിവയോനുഗഃ. 99

കാരണവ്യപദേശേന - കാരണത്തെ അടിസ്ഥാനമാക്കി
തഥാ പുനഃ ആത്മേച്ഛയാ ച - അതുപോലെ തന്റെ ഇഷ്ടാനുസാരവും
ദേശജാതിവയോനുഗഃ - ദേശം, ജാതി, വയസ്സ്
- എന്നിവയ്ക്കനുസരിച്ച്
അന്യഃ വർണ്ണഃ തു പ്രയോക്തവ്യഃ - മറ്റൊരു നിറം കൊടുക്കാവുന്നതാണ്

ശരിയായ കാരണത്തെ അടിസ്ഥാനമാക്കി ദേശത്തിനും ജാതിക്കും പ്രായത്തിനുമനുസരിച്ച് ഇഷ്ടപ്രകാരം നിറം മാറ്റിക്കൊടുക്കാവുന്നതാണ്.

ദേശ കർമ്മ ച ജാതിം ച
പൃഥിവ്യുദ്ദേശമേവ ച
വിജ്ഞായ വർത്തനാം കുര്യാത്
പുരുഷാണാം പ്രയോഗവിത്. 100

ദേശം കർമ്മ ച ജാതിം ച - ദേശവും പ്രവൃത്തിയും ജാതിയും
പൃഥിവ്യുദ്ദേശം ഏവ ച - ഭൂവിഭാഗത്തിനേയും
വിജ്ഞായ - അറിഞ്ഞിട്ട്

പ്രയോഗവിത് - പ്രയോഗം അറിയുന്നവൻ
പുരുഷാണാം വർത്തനാം - പുരുഷന്മാർക്ക് രൂപത്തെ
കുര്യാത് - ചെയ്യണം

ദേശവും പ്രവൃത്തിയും ജാതിയും ജീവിക്കുന്ന ഭൂവിഭാഗവും എന്തെന്നറിഞ്ഞിട്ടാണ് പ്രയോഗമറിയുന്നവൻ കഥാപാത്രങ്ങളാകുന്ന രൂപങ്ങളെ ഒരുക്കേണ്ടത്.

കിരാതബർബരാന്ധ്രാശ്ച
ദ്രവിളാഃ കാശികോസലാഃ
പുളിന്ദാ ദാക്ഷിണാത്യാശ്ച
പ്രായേണ ത്വസിതാഃ സ്മൃതാഃ. 101

കിരാതബർബരാന്ധ്രാഃ ച - കിരാതന്മാർ, ബർബരന്മാർ, ആന്ധ്ര ദേശക്കാർ
ദ്രവിളാഃ കാശികോസലാഃ - ദ്രാവിഡർ, കാശികോസലദേശക്കാർ
പുളിന്ദാഃ ദാക്ഷിണാത്യാഃ ച - പുളിന്ദന്മാർ, ദക്ഷിണദേശക്കാർ
പ്രായേണ തു - മിക്കവാറും തന്നെ
അസിതാഃ സ്മൃതാഃ - കറുത്ത നിറക്കാരാണ്

കിരാതന്മാർ, ബർബരന്മാർ, ആന്ധ്രാദേശക്കാർ, ദ്രാവിഡദേശക്കാർ, കാശിരാജ്യക്കാർ, കോസലദേശക്കാർ, പുളിന്ദന്മാർ, ദക്ഷിണദേശക്കാർ എന്നിവരുടെയെല്ലാം നിറം കറുപ്പാണ്.

ശകാശ്ച യവനാശ്ചൈവ
പഹ്ലവാ വാഹ്ളികാശ്ച യേ
പ്രായേണ ഗൗരാ കർത്തവ്യാ
ഉത്തരാം യേ ശ്രിതാ ദിശം. 102

ഉത്തരാം ദിശം യേ ശ്രിതാഃ - ഉത്തരദിക്കിനെ ആശ്രയിച്ചിട്ടുള്ള
ശകാഃ ച യവനാഃ ച - ശകന്മാരും യവനന്മാരും
പഹ്ലവാ വാഹ്ളികാഃ ച - പഹ്ലവന്മാരും വാഹ്ളികന്മാരും
പ്രായേണ ഗൗരാഃ കർത്തവ്യാഃ - മിക്കവാറും ഗൗരവർണ്ണത്തിൽ ചെയ്യണം

ഉത്തരദിക്കുകാരായ ശകന്മാരേയും യവനന്മാരേയും പഹ്ലവന്മാരേയും വാഹ്ളികന്മാരേയും ഗൗരവർണ്ണത്തിലാണ് ഒരുക്കേണ്ടത്.

പാഞ്ചാലാ ശൗരസേനാശ്ച
മാഹിഷാശ്ചൗഡ്രമാഗധാഃ
അംഗാഃ വംഗാഃ കലിംഗാശ്ച
ശ്യാമാഃ കാര്യസ്തു വർണ്ണതഃ. 103

പാഞ്ചാലാഃ ശൗരസേനാഃ ച - പാഞ്ചാലന്മാരും ശൗരസേനരും
മാഹിഷാഃ ഉഡ്രമാഗധാഃ ച - മാഹിഷന്മാരും ഉഡ്രമാഗധരും
അംഗാഃ വംഗാഃ കലിംഗാഃ ച - അംഗം, വംഗം, കലിംഗം എന്നീ ദേശക്കാരും
വർണ്ണതഃ തു ശ്യാമാഃ കാര്യാഃ - നിറത്തിൽ നീലയാണ് ചെയ്യേണ്ടത്

പാഞ്ചാലം, ശൂരസേനം, മഹിഷം, ഉഡ്രം, മാഗധം, അംഗം, വംഗം, കലിംഗം എന്നീ ദേശക്കാരെ ശ്യാമവർണ്ണത്തിൽ ഒരുക്കേണ്ടതാണ്.

ബ്രാഹ്മണാ ക്ഷത്രിയാശ്ചൈവ
ഗൗരാഃ കാര്യാഃ സദൈവ ഹി
വൈശ്യാഃ ശൂദ്രാസ്തഥാ ചൈവ
ശ്യാമാഃ കാര്യാസ്തു വർണ്ണതഃ. 104

ബ്രാഹ്മണാഃ ക്ഷത്രിയാഃ ച ഏവ - ബ്രാഹ്മണർ, ക്ഷത്രിയർ എന്നിവർ
സദാ എവ ഗൗരാഃ കാര്യാഃ ഹി - എപ്പോഴും ഗൗരവർണ്ണത്തിൽ ചെയ്യണം
വൈശ്യാഃ തഥാ ശൂദ്രാഃ ച വൈശ്യരും ശൂദ്രരും
വർണ്ണതഃ തു ശ്യാമാഃ കാര്യാഃ - ശ്യാമനിറത്തിൽ ചെയ്യേണ്ടതാണ്

ബ്രാഹ്മണർ, ക്ഷത്രിയർ എന്നിവരെ ഗൗരവർണ്ണത്തിലും വൈശ്യർ, ശൂദ്രർ എന്നിവരെ നീലവർണ്ണക്കാരുമായാണ് ഒരുക്കേണ്ടത്.

ഏവം കൃത്വാ യഥാന്യായം
മുഖാംഗോപാംഗവർത്തനാം
ശ്മശ്രുകർമ്മ പ്രയുഞ്ജീത
ദേശകാലവയോനുഗം. 105

ഏവം യഥാന്യായം - ഇങ്ങനെ നിയമപ്രകാരം
മുഖാംഗോപാംഗവർത്തനാം - മുഖം, അംഗങ്ങൾ, ഉപാംഗങ്ങൾ
കൃത്വാ എന്നിവയിൽ ചായം തേച്ചിട്ട്
ദേശകാലവയോനുഗം - ദേശത്തിനും കാലത്തിനും വയസ്സിനും അനുസരിച്ച്
ശ്മശ്രുകർമ്മ പ്രയുഞ്ജീത - താടിമീശകൾ പ്രയോഗിക്കണം

മുകളിൽ പറഞ്ഞ രീതിയിൽ കഥാപാത്രത്തിനനുസരിച്ച് മുഖം, അംഗങ്ങൾ, ഉപാംഗങ്ങൾ എന്നിവയിൽ ചായം തേച്ചതിനുശേഷം പിന്നീട് ദേശത്തിനും കാലത്തിനും വയസ്സിനുമനുസരിച്ച വിധത്തിൽ താടിമീശകൾ വെക്കേണ്ടതാണ്.

ശ്മശ്രുകർമ്മം

ശുദ്ധം വിചിത്രം ശ്യാമം ച
തഥാ രോമശമേവ ച
ഭവേച്ചതുർവിധം ശ്മശ്രു
നാനാവസ്ഥാന്തരാത്മകം. 106

ശുദ്ധം വിചിത്രം ശ്യാമം ച - ശുദ്ധം, വിചിത്രം, ശ്യാമം എന്നിവ
തഥാ രോമശം ഏവ ച - അതുപോലെ രോമശം എന്നും
നാനാവസ്ഥാന്തരാത്മകം - പല അവസ്ഥകളോടുകൂടിയ
ചതുർവിധം ശ്മശ്രു ഭവേത് - നാലുവിധത്തിൽ ശ്മശ്രു ഉണ്ട്

ശുദ്ധം, വിചിത്രം, ശ്യാമം, രോമശം എന്നിങ്ങനെ പല അവസ്ഥക്കാർക്കുവേണ്ടിയുള്ള താടിമീശകൾ നാലുതരത്തിലുണ്ട്.

ശുദ്ധം തു ലിംഗിനാം കാര്യം
തഥാമാത്യപുരോധസാം
മദ്ധ്യസ്ഥാ യേ ച പുരുഷാ
യേ ച ദീക്ഷാം സമാശ്രിതാഃ. 107

ലിംഗിനാം - വ്രതം അനുഷ്ഠിക്കുന്നവർക്ക്
തഥാ അമാത്യപുരോധസാം - അതുപോലെ മന്ത്രിമാർ, പുരോഹിതർ എന്നിവർക്ക്
യേ ച പുരുഷാഃ മദ്ധ്യസ്ഥാഃ - മധ്യവർത്തികളായ ജനങ്ങൾ
യേ ച ദീക്ഷാം സമാശ്രിതാഃ - ദീക്ഷയെടുത്തവർ എന്നിവർക്ക്
ശുദ്ധം തു കാര്യം - ശുദ്ധമായ താടി ചെയ്യേണ്ടതാണ്

വ്രതസ്ഥന്മാർ, മന്ത്രിമാർ, പുരോഹിതന്മാർ, മദ്ധ്യവർത്തികളായ ജനങ്ങൾ (ഉത്തമന്മാരോ അധമന്മാരോ അല്ലാത്തവർ എന്ന് അഭിനവഭാരതി), ദീക്ഷയെടുത്തവർ തുടങ്ങിയവർക്കെല്ലാം വേണ്ടത് ക്ഷൗരം ചെയ്ത് വൃത്തിയാക്കിയ ശുദ്ധതാടിയാണ്.

ദിവ്യാ യേ പുരുഷാ കേചിത്
സിദ്ധവിദ്യാധരാദയഃ
പാർത്ഥിവാശ്ച കുമാരാശ്ച
യേ ച രാജോപജീവിനഃ

ശൃംഗാരിണശ്ച യേ മർത്ത്യാ
യൗവനോന്മാദിനശ്ച യേ
തേഷാം വിചിത്രം കർത്തവ്യം
ശ്മശ്രു നാട്യപ്രയോക്തൃഭിഃ. 108

സിദ്ധവിദ്യാധരാദയഃ - സിദ്ധന്മാർ, വിദ്യാധരന്മാർ തുടങ്ങിയ
കേചിത് ദിവ്യാഃ യേ പുരുഷാഃ - ചില ദിവ്യരായ പുരുഷന്മാർ
പാർത്ഥിവാഃ കുമാരാഃ ച -രാജാക്കന്മാർ, കുമാരന്മാർ
യേ ച രാജോപജീവിനഃ - രാജാവിനെ ആശ്രയിച്ചു കഴിയുന്നവർ
യേ മർത്ത്യാഃ ശൃംഗാരിണഃ - ശൃംഗാരികളായ മനുഷ്യർ
യേ ച യൗവ്വനോന്മാദിനഃ - യൗവ്വനത്തിന്റെ ഉന്മാദത്തോടുകൂടിയവർ
തേഷാം - അവർക്ക്
നാട്യപ്രയോക്തൃഭിഃ - നാട്യപ്രയോക്താക്കളാൽ
വിചിത്രം ശ്മശ്രു കർത്തവ്യം - വിചിത്രമായ തരത്തിൽ താടിമീശകൾ വെയ്ക്കേണ്ടതാണ്

സിദ്ധന്മാർ, വിദ്യാധരന്മാർ തുടങ്ങിയ ദിവ്യപുരുഷന്മാർ, രാജാക്കന്മാർ, രാജകുമാരന്മാർ, രാജാവിനെ ആശ്രയിച്ചുകഴിയുന്ന രാജ

പുരുഷന്മാർ, ശൃംഗാരികൾ, യൗവ്വനത്തിൽ അഹങ്കരിക്കുന്നവർ തുടങ്ങിയിട്ടുള്ളവർ കഥാപാത്രങ്ങളാകുമ്പോൾ അവർക്ക് വിചിത്രമായ രീതികളിൽ താടിമീശകൾ വെക്കാൻ നാട്യപ്രയോക്താക്കൾ ശ്രദ്ധിക്കേണ്ടതാണ്.

അനിസ്തീർണ്ണപ്രതിജ്ഞാനാം
ദുഃഖിതാനാം തപസ്വിനാം
വ്യസനാഭിഹതാനാം ച
ശ്യാമം ശ്മശ്രു പ്രയോജയേത്. 109

അനിസ്തീർണ്ണപ്രതിജ്ഞാനാം - പ്രതിജ്ഞ നിറവേറ്റിക്കഴിയാത്തവർക്ക്
ദുഃഖിതാനാം തപസ്വിനാം - ദുഃഖിതന്മാർക്ക്, തപസ്വികൾക്ക്
വ്യസനാഭിഹതാനാം ച - വ്യസനങ്ങളിൽ പെട്ടവർക്കും
ശ്യാമം ശ്മശ്രു പ്രയോജയേത് - ശ്യാമമായ താടിമീശ ചെയ്യണം

പ്രതിജ്ഞ നിറവേറ്റാനാവാത്തവർ, ദുഃഖിതന്മാർ, തപസ്വികൾ, ചൂതുകളി, നായാട്ട് തുടങ്ങിയ വ്യസനങ്ങളിൽപ്പെട്ടവർ എന്നിവർക്ക് ശ്യാമമായ താടിയാണ് വെക്കേണ്ടത്. (കുറച്ചുകാലമായി ക്ഷൗരം ചെയ്യാതെ വളർന്നിട്ടുള്ള കറുത്ത താടിയെയാണ് ശ്യാമം ശ്മശ്രു എന്നു പറയുന്നത്.)

ഋഷീണാം താപസാനാം ച
യേ ച ദീർഘവ്രതാ നരാഃ
തഥാ ച ചീരബദ്ധാനാം
രോമശം ശ്മശ്രു കീർത്തിതം. 110

ഋഷീണാം താപസാനാം ച - ഋഷികൾക്കും താപസന്മാർക്കും
യേ ദീർഘവ്രതാഃ നരാഃ ച - ദീർഘവ്രതമെടുത്ത മനുഷ്യർക്കും
തഥാ ചീരബദ്ധാനാം ച - ജീർണ്ണവസ്ത്രം ധരിച്ചിട്ടുള്ളവർക്കും
രോമശം ശ്മശ്രു കീർത്തിതം- രോമശമായ ശ്മശ്രു എന്ന് കീർത്തിക്കപ്പെട്ടിരിക്കുന്നു

ഋഷിമാർ, താപസന്മാർ, ദീർഘകാലമായി വ്രതമനുഷ്ഠിക്കുന്നവർ, അതുപോലെ ജീർണ്ണവസ്ത്രം ധരിച്ചവർ തുടങ്ങിയവർക്കെല്ലാം വെക്കേണ്ടത് രോമശമായ താടിമീശയാണ്.

ഏവം നാനാപ്രകാരം തു
ശ്മശ്രു കാര്യം പ്രയോക്തൃഭിഃ
അത ഊർധ്വം പ്രവക്ഷ്യാമി
വേഷാൻ നാനാപ്രയോഗജാൻ. 111

ഏവം പ്രയോക്തൃഭിഃ - ഇപ്രകാരം പ്രയോക്താക്കളാൽ
നാനാപ്രകാരം തു - പല തരത്തിലുള്ള
ശ്മശ്രു കാര്യം - താടിമീശ ചെയ്യേണ്ടതാണ്
അതഃ ഊർധ്വം - ഇതിനുശേഷം

നാനാപ്രയോഗജാൻ വേഷാൻ - പല പ്രയോഗങ്ങൾക്കു വേണ്ടിയുള്ള വേഷങ്ങളെ
പ്രവക്ഷ്യാമി - പറയാം

ഇപ്രകാരത്തിൽ നാട്യപ്രയോക്താക്കൾ കഥാപാത്രങ്ങൾക്കു ചേരുന്ന തരത്തിൽ താടിമീശകൾ ചെയ്യേണ്ടതാണ് എന്ന് ഉപസംഹരിച്ചതിനുശേഷം ഇനി പലതരത്തിലുള്ള വേഷങ്ങളെക്കുറിച്ച് പറയുന്നു.

വേഷഭേദം

ശുദ്ധോ വിചിത്രോ മലിന
സ്ത്രിവിധോ വേഷ ഉച്യതേ
തേഷാം വിശേഷാൻ വ്യാഖ്യസ്യേ
യഥാവദനുപൂർവ്വശഃ. 112

ശുദ്ധഃ വിചിത്രഃ മലിനഃ - ശുദ്ധം, വിചിത്രം, മലിനം എന്ന്
ത്രിവിധഃ വേഷഃ ഉച്യതേ - മൂന്നുവിധത്തിൽ വേഷം പറയുന്നു
തേഷാം വിശേഷാൻ - അവയുടെ സവിശേഷതകളെ
യഥാവത് അനുപൂർവ്വശഃ - വേണ്ടപോലെ ക്രമമായി
വ്യാഖ്യാസ്യേ - വിശദമാക്കാം

ശുദ്ധം, വിചിത്രം, മലിനം എന്നിങ്ങനെ വേഷം മൂന്നു വിധത്തിലുണ്ട്. അവയുടെ വിശേഷങ്ങൾ ക്രമത്തിൽ വിശദമാക്കാം.

ദേവാഭിഗമനേ ചൈവ
മംഗലേ നിയമസ്ഥിതേ
തിഥിനക്ഷത്രയോഗേ ച
വിവാഹകരണേ തഥാ
ധർമ്മ പ്രവൃത്തം യത് കാര്യം
സ്ത്രിയാ വാ പുരുഷസ്യ വാ
വേഷസ്തേഷാം ഭവേച്ഛുദ്ധാ
യേ ച പ്രായത്നികാ നരാഃ. 113

ദേവാഭിഗമനേ - ക്ഷേത്രദർശനത്തിന്
മംഗലേ നിയമസ്ഥിതേ ച ഏവ - മംഗളകർമ്മങ്ങൾ, വ്രതാനുഷ്ഠാനം എന്നിവയിൽ
തിഥിനക്ഷത്രയോഗേ - തീയതിയും നക്ഷത്രവും
- യോജിക്കുന്ന വിശേഷദിവസങ്ങളിൽ
വിവാഹകരണേ - വിവാഹകർമ്മത്തിൽ
ധർമ്മപ്രവൃത്തം യത് കാര്യം - പുണ്യകരമായ കാര്യം
സ്ത്രിയാ വാ പുരുഷസ്യ വാ - സ്ത്രീക്കും പുരുഷനും
തഥാ - അതുപോലെ
യേ പ്രായത്നികാഃ നരാഃ - വിനീതരായ മനുഷ്യർ
തേഷാം ച - അവർക്കും
ശുദ്ധഃ വേഷഃ ഭവേത് - ശുദ്ധമായ വേഷമായിരിക്കണം

ദേവദർശനം, മംഗളകർമ്മങ്ങൾ, വ്രതാനുഷ്ഠാനം, തീയതിയും നക്ഷത്രവും യോജിക്കുന്ന വിശേഷദിവസങ്ങൾ, വിവാഹകർമ്മം, മറ്റു പുണ്യകർമ്മങ്ങൾ ഇതിനെല്ലാം സ്ത്രീയും പുരുഷനും ശുദ്ധമായ (വെളുത്ത) വസ്ത്രമാണ് ധരിക്കേണ്ടത്. വിനീതന്മാരുടെ വേഷവും വെളുത്തതായിരിക്കണം.

ദേവമാനവയക്ഷാണാം
ഗന്ധർവ്വോരഗരക്ഷസാം
നൃപാണാം കാമുകാനാം ച
ചിത്രോ വേഷ ഉദാഹൃതഃ. 114

ദേവദാനവയക്ഷാണാം	- ദേവന്മാർ, അസുരന്മാർ, യക്ഷന്മാർ എന്നിവർക്ക്
ഗന്ധർവ്വോരഗരക്ഷസാം	- ഗന്ധർവ്വന്മാർ, നാഗങ്ങൾ, രാക്ഷസന്മാർ എന്നിവർക്ക്
നൃപാണാം കാമുകാനാം ച	- രാജാക്കന്മാർക്കും കാമുകന്മാർക്കും
ചിത്രഃ വേഷഃ ഉദാഹൃതഃ	- മനോഹരമായ വേഷം ഉദാഹരിച്ചിരിക്കുന്നു

ദേവന്മാർ, അസുരന്മാർ, യക്ഷന്മാർ, ഗന്ധർവ്വന്മാർ, നാഗങ്ങൾ, രാക്ഷസന്മാർ എന്നിവർക്കും രാജാക്കന്മാർക്കും കാമുകന്മാർക്കും വിചിത്രമായ വേഷമാണ് വേണ്ടത്.

വൃദ്ധാനാം ബ്രാഹ്മണാനാം ച
ശ്രേഷ്ഠ്യമാത്യപുരോധസാം
വണിജാം കഞ്ചുകീയാനാം
തഥൈവ ച തപസ്വിനാം

വിപ്രക്ഷത്രിയവൈശ്യാനാം
സ്ഥാനീയാ യേ ച മാനവാഃ
ശുദ്ധോ വസ്ത്രവിധിസ്തേഷാം
കർത്തവ്യോ നാടകാശ്രയഃ. 115

വൃദ്ധാനാം ബ്രാഹ്മണാനാം	- വൃദ്ധരായ ബ്രാഹ്മണർക്ക്
ശ്രേഷ്ഠ്യമാത്യപുരോധസാം	- ശ്രേഷ്ഠികൾ, മന്ത്രിമാർ, പുരോഹിതർ തുടങ്ങിയവർക്ക്
വണിജാം കഞ്ചുകീയാനാം	- കച്ചവടക്കാർക്കും കഞ്ചുകീയന്മാർക്കും
തഥാ ഏവ തപസ്വിനാം ച	- അതുപോലെ തപസ്വികൾക്കും
വിപ്രക്ഷത്രിയവൈശ്യാനാം	- ബ്രാഹ്മണർ, ക്ഷത്രിയർ, വൈശ്യർ എന്നിവർക്കും
യേ മാനവാഃ സ്ഥാനീയാഃ	- സ്ഥാനമഹത്വമുള്ള ആളുകൾ
തേഷാം	അവർക്ക്
നാടകാശ്രയഃ വസ്ത്രവിധിഃ	- നാടകത്തിലെ വസ്ത്രവിധി
ശുദ്ധഃ കർത്തവ്യഃ	- ശുദ്ധമായിരിക്കേണ്ടതാണ്

വൃദ്ധബ്രാഹ്മണർ, കച്ചവടസംഘത്തിന്റെ നായകന്മാർ, മന്ത്രിമാർ, പുരോഹിതർ, കച്ചവടക്കാർ, കഞ്ചുകീയന്മാർ, താപസന്മാർ, ബ്രാഹ്മണർ, ക്ഷത്രിയർ, വൈശ്യർ, സ്ഥാനമഹത്വമുള്ള ആളുകൾ എന്നിവർക്കെല്ലാം നാടകത്തിൽ വെളുത്ത വസ്ത്രമാണ് വേണ്ടത്.

ഉന്മത്താനാം പ്രമത്താനാം
ജനാനാമധ്വഗാമിനാം
വ്യസനോപഹതാനാം ച
മലിനോ വേഷ ഉച്യതേ. 116

ഉന്മത്താനാം പ്രമത്താനാം	-	ഭ്രാന്തന്മാർ, മദ്യപാനികൾ എന്നിവർക്ക്
അധ്വഗാമിനാം ജനാനാം	-	വഴിയാത്രക്കാരായ ജനങ്ങൾക്ക്
വ്യസനോപഹതാനാം ച	-	ദുശ്ശീലങ്ങളിൽ പെട്ടവർക്കും
മലിനഃ വേഷഃ ഉച്യതേ	-	മലിനമായ വേഷം എന്ന് പറഞ്ഞിരിക്കുന്നു

ഭ്രാന്തന്മാർ, മദ്യപാനികൾ, വഴിയാത്രക്കാർ, ചൂതുകളി തുടങ്ങിയ ദുശ്ശീലങ്ങളിൽ പെട്ടവർ തുടങ്ങിയവർക്കെല്ലാം മലിനമായ വേഷമാണ് ചെയ്യേണ്ടത്.

ശുദ്ധരക്തവിചിത്രാണി
വാസാംസ്യൂർദ്ധ്വാംബരാണി ച
യോജയേന്നാട്യതത്ത്വജ്ഞോ
വേഷയോഃ ശുദ്ധചിത്രയോഃ. 117

നാട്യതത്ത്വജ്ഞഃ	-	നാട്യതത്ത്വമറിയുന്നവർ
ശുദ്ധചിത്രയോഃ വേഷയോഃ	-	ശുദ്ധവേഷത്തിനും ചിത്രവേഷത്തിനും
ഊർധ്വാംബരാണി	-	മേൽവസ്ത്രങ്ങൾ
ശുദ്ധരക്തവിചിത്രാണി വാസാംസി	-	വെളുത്തതും ചുവന്നതുമൊക്കെയായ വസ്ത്രങ്ങൾ
യോജയേത്	-	യോജിപ്പിക്കണം

നാട്യതത്ത്വമറിയുന്നവർ ശുദ്ധവേഷത്തിനും ചിത്രവേഷത്തിനും ഉപയോഗിക്കുന്ന മേൽപ്പുടവകൾ വെളുത്തതും ചുവന്നതുമൊക്കെയായി യുക്തം പോലെ ചെയ്യേണ്ടതാണ്. പല നിറത്തിലുള്ള വസ്ത്രങ്ങളുമാകാം.

കുര്യാദ്വേഷം തു മലിനേ
മലിനം തു വിചക്ഷണഃ
മുനിനിർഗ്രന്ഥശാക്യേഷു
യതിപാശുപതേഷു ച. 118

വിചക്ഷണഃ തു	-	അറിവുള്ളവരാകട്ടെ
മലിനേ മലിനം വേഷം കുര്യാത്	-	മലിനവേഷത്തിന് മുഷിഞ്ഞ വസ്ത്രം ചെയ്യേണ്ടതാണ്
മുനിനിർഗ്രന്ഥശാക്യേഷു	-	മുനിമാർ, ജൈനന്മാർ, ബൗദ്ധന്മാർ എന്നിവരിൽ
യതിപാശുപതേഷു ച	-	സന്ന്യാസിമാർ, പാശുപതക്കാർ എന്നിവരിലും

മലിനവേഷത്തിനു യോജിച്ചത് മുഷിഞ്ഞ വസ്ത്രമാണ്. മഹർഷിമാർ, ജൈനമതക്കാർ, ബുദ്ധമതക്കാർ, സന്ന്യാസിമാർ, പാശുപതക്കാർ എന്നിവരുടെയെല്ലാം മലിനവേഷമാണ്.

വ്രതാനുഗസ്തു കർത്തവ്യോ
വേഷോ ലോകസ്വഭാവജഃ
ചീരവല്കലചർമ്മാണി
താപസാനാം തു യോജയേത്. 119

വ്രതാനുഗഃ വേഷഃ തു	-	വ്രതങ്ങൾക്കനുസരിച്ചുള്ള വേഷമാകട്ടെ
ലോകസ്വഭാവജഃ കർത്തവ്യഃ	-	നാട്ടുനടപ്പനുസരിച്ച് ചെയ്യേണ്ടതാണ്
താപസാനാം തു	-	താപസന്മാർക്കാകട്ടെ
ചീരവല്കലചർമ്മാണി	-	ജീർണ്ണവസ്ത്രം, മരവുരി, തോല് എന്നിവ
യോജയേത്	-	യോജിപ്പിക്കണം

വ്രതമനുഷ്ഠിക്കുന്നവർക്ക്, ഓരോ വ്രതത്തിനുമനുസരിച്ച് നാട്ടുനടപ്പുപോലെ വേഷം ചെയ്യേണ്ടതാണ്. താപസന്മാർക്കാകട്ടെ ജീർണ്ണവസ്ത്രം, മരവുരി, തോല് എന്നിവയാണ് യോജിക്കുന്നത്.

പരിവ്രാണ്മുനിശാക്യാനാം
വാസഃ കാഷായമിഷ്യതേ
നാനാചിത്രാണി വാസാംസി
കുര്യാത് പാശുപതേഷ്വഥ. 120

പരിവ്രാണ്മുനിശാക്യാനാം	-	സന്ന്യാസിമാർ, മുനിമാർ, ബുദ്ധമതക്കാർ എന്നിവർക്ക്
കാഷായം വാസഃ ഇഷ്യതേ	-	കാവിവസ്ത്രമാണ് നല്ലത്
അഥ പാശുപതേഷു	-	പിന്നെ പാശുപതക്കാർക്ക്
നാനാചിത്രാണി വാസാംസി കുര്യാത്	-	പല നിറത്തിലുള്ള വസ്ത്രങ്ങൾ ചെയ്യണം

സന്ന്യാസിമാർ, മുനിമാർ, ബുദ്ധമതക്കാർ എന്നിവർക്ക് കാവിവസ്ത്രമാണ് വേണ്ടത്. പാശുപതക്കാർക്കാകട്ടെ പല നിറത്തിലുള്ള വസ്ത്രങ്ങൾ വേണം.

കുജാതയശ്ച യേ പ്രോക്താ
സ്തേഷാം ചൈവ യഥാർഹതഃ
അന്തഃപുരപ്രവേശേ ച
വിനിയുക്താ ഹി യേ നരാഃ

കാഷായകഞ്ചുകപടാഃ
കാര്യാസ്തേഽപി യഥാവിധി
അവസ്ഥാന്തരതശ്ചൈവ
നൃണാം വേഷോ ഭവേത്തദാ. 121

യേ ച കുജാതയഃ പ്രോക്താഃ	-	താഴ്ന്ന ജാതിക്കാർ എന്നു പറയപ്പെടുന്നവർ
യേ നരാഃ	-	ഏതൊരാളുകൾ
അന്തഃ പുരപ്രവേശേ ച വിനിയുക്താഃ	-	അന്തഃപുരത്തിൽ പ്രവേശിക്കാൻ നിയോഗിക്കപ്പെട്ടവർ
തേഷാം ച ഏവ	-	അവർക്കും
യഥാർഹതഃ	-	അർഹിക്കുന്ന തരത്തിൽ
കഷായകഞ്ചുകപടാഃ കാര്യാഃ	-	കാവിവസ്ത്രവും കാവിക്കുപ്പായവും ചെയ്യണം
തദാ	-	അപ്പോൾ
നൃണാം വേഷഃ	-	പുരുഷന്മാരുടെ വേഷം
അവസ്ഥാന്തരതഃ ച	-	അവസ്ഥയ്ക്കു ചേരുന്ന വിധത്തിൽ
യഥാവിധി ഭവേത്	-	വേണ്ടവിധത്തിൽ ആവണം

കീഴ്ജാതിക്കാർക്കും അന്തഃപുരത്തിൽ പ്രവേശനമുള്ള ജോലിക്കാർക്കും വേണ്ടത് കാവിവസ്ത്രവും കാവിക്കുപ്പായവും തന്നെയാണ് . ഇങ്ങനെ പുരുഷന്മാരുടെ വേഷവിധാനങ്ങളെല്ലാം തന്നെ ഓരോ അവസ്ഥയ്ക്കും ചേരുന്ന വിധമായിരിക്കണം.

വേഷഃ സാംഗ്രാമികശ്ചൈവ
ശൂരാണാം സംപ്രകീർത്തിതഃ
വിചിത്രശസ്ത്രകവചോ
ബദ്ധതൂണോ ധനുർദ്ധരഃ. 122

ശൂരാണാം സംഗ്രാമികഃ വേഷഃ	-	ശൂരന്മാരുടെ യുദ്ധവേഷം
വിചിത്രശസ്ത്രകവചഃ	-	പലതരം ആയുധങ്ങളോടും പോർച്ചട്ടയോടും കൂടിയത്
ബദ്ധതൂണഃ	-	ആവനാഴി കെട്ടിയത്
ധനുർദ്ധരഃ	-	വില്ലേന്തിയവൻ
സമ്പ്രകീർത്തിതഃ	-	കീർത്തിക്കപ്പെട്ടിരിക്കുന്നു

ശൂരന്മാരുടെ യുദ്ധവേഷം പലതരം ആയുധങ്ങളോടുകൂടിയതും പോർച്ചട്ടയും ആവനാഴിയും കെട്ടിയതും വില്ലേന്തിയതുമായിരിക്കണം .

ചിത്രോ വേഷസ്തു കർത്തവ്യോ
നൃപാണാം നിത്യമേവ ച
കേവലസ്തു ഭവേച്ഛുദ്ധോ
നക്ഷത്രോത്പാതമംഗളേ. 123

നൃപാണാം - രാജാക്കന്മാർക്ക്
നിത്യമേവ ച - എപ്പോഴും തന്നെ
ചിത്രഃ വേഷഃ തു കർത്തവ്യഃ - ചിത്രവേഷമാണ് ചെയ്യേണ്ടത്
നക്ഷത്രോത്പാതമംഗളേ തു - പ്രത്യേകനക്ഷത്രങ്ങളിലും ഗ്രഹണം തുടങ്ങിയ ദിവസങ്ങളിലും
കേവലം ശുദ്ധഃ ഭവേത് - ശുദ്ധവേഷം മാത്രം ആവണം

രാജാക്കന്മാർക്ക് സാധാരണ എല്ലാ ദിവസങ്ങളിലും ചിത്രവേഷമാണ് വേണ്ടത്. എന്നാൽ ചില പ്രത്യേക നക്ഷത്രങ്ങൾ , ഗ്രഹണം തുടങ്ങിയ വിശേഷദിവസങ്ങൾ എന്നിങ്ങനെയുള്ള അവസരങ്ങളിൽ മാത്രം രാജാക്കന്മാർക്ക് ശുദ്ധവേഷം വേണ്ടതാണ്.

ഏവമേവ ഭവേദ്വേഷോ
ദേശജാതിവയോനുഗഃ
ഉത്തമാധമമദ്ധ്യാനാം
സ്ത്രീണാം നൃണാമഥാപി വാ. 124

അഥ ഉത്തമാധമമദ്ധ്യാനാം - ഇങ്ങനെ ഉത്തമന്മാർക്കും മദ്ധ്യമന്മാർക്കും അധമന്മാർക്കും
സ്ത്രീണാം വാ നൃണാം അപി - സ്ത്രീകൾക്കും പുരുഷന്മാർക്കും
ദേശജാതിവയോനുഗഃ വേഷഃ - ദേശം, ജാതി, പ്രായം ഇവയ്ക്കനുസരിച്ചുള്ള വേഷം
ഏവം ഏവ ഭവേത് - ഇപ്രകാരമൊക്കെ ആണ്.

ഉത്തമന്മാരും മദ്ധ്യമന്മാരും അധമന്മാരും ആയ സ്ത്രീകൾക്കും പുരുഷന്മാർക്കും ദേശം, ജാതി, പ്രായം എന്നിവയ്ക്കനുസരിച്ച് മേല്പറഞ്ഞ പ്രകാരത്തിലാണ് വേഷങ്ങൾ ചെയ്യേണ്ടത്.

ഏവം വസ്ത്രവിധിഃ കാര്യഃ
പ്രയോഗേ നാടകാശ്രയേ
നാനാവസ്ഥാം സമാസാദ്യ
ശുഭാശുഭകൃതസ്തഥാ. 125

നാനാവസ്ഥാം - പലവിധത്തിലുള്ള അവസ്ഥകളെ
തഥാ ശുഭാശുഭകൃതഃ - അതുപോലെ ശുഭാശുഭസ്വഭാവത്തേയും
സമാസാദ്യ - മനസ്സിലാക്കിയിട്ട്
നാടകാശ്രയേ പ്രയോഗേ - നാടകപ്രയോഗത്തിൽ
ഏവം വസ്ത്രവിധിഃ കാര്യഃ - ഇപ്രകാരം വസ്ത്രവിധി ചെയ്യേണ്ടതാണ്

പലവിധത്തിലുള്ള അവസ്ഥകളും അതുപോലെ കാര്യങ്ങളുടെ ശുഭാശുഭസ്വഭാവവും മനസ്സിലാക്കി മേല്പറഞ്ഞ തരത്തിലാണ് നാടകത്തിൽ വസ്ത്രവിധി ചെയ്യേണ്ടത്.

തഥാ പ്രതിശിരശ്ചാപി
കർത്തവ്യം നാടകാശ്രയം
ദിവ്യാനാം മാനുഷാനാഞ്ച
ദേശജാതിവയഃശ്രിതം. 126

ദിവ്യാനാം മാനുഷാനാം ച - ദിവ്യന്മാർക്കും മനുഷ്യർക്കും
ദേശജാതിവയഃശ്രിതം - ദേശം, ജാതി, വയസ്സ് എന്നിവ ആശ്രയിച്ച്
നാടകാശ്രയം - നാടകത്തിനുവേണ്ടി
പ്രതിശിരഃ ച അപി - മുഖംമൂടികളും
തഥാ കർത്തവ്യം - അപ്രകാരത്തിൽ ചെയ്യാവുന്നതാണ്

നാടകത്തിനുവേണ്ടി ദിവ്യകഥാപാത്രങ്ങൾക്കും ദേശം, ജാതി, പ്രായം എന്നിവയ്ക്കിണങ്ങുന്ന വിധത്തിൽ പ്രതിശിരസ്സുകളും (മുഖംമൂടി) ഉണ്ടാക്കി ഉപയോഗിക്കാവുന്നതാണ്.

മുകുടങ്ങൾ (മുടികൾ)

പാർശ്വഗതാ മസ്തകിന
സ്തഥാ ചൈവ കിരീടിനഃ
ത്രിവിധാ മുകുടാ ജ്ഞേയാ
ദിവ്യപാർത്ഥിവസംശ്രയാഃ. 127

പാർശ്വഗതാഃ മസ്തകിനഃ - വശങ്ങളിലേക്കു ചരിഞ്ഞതും
- നിറുകിൽ നേരെ നില്ക്കുന്നതും
തഥാ കിരീടിനഃ ച ഏവ - അതുപോലെ കിരീടത്തോടുകൂടിയതുമായി
ദിവ്യപാർത്ഥിവസംശ്രയാഃ - ദേവന്മാർക്കും മനുഷ്യർക്കും ആശ്രയിക്കാവുന്ന
ത്രിവിധാഃ മുകുടാഃ ജ്ഞേയാഃ - മൂന്നു തരത്തിൽ മുകുടങ്ങൾ ഉണ്ടെന്നറിയണം

നാടകത്തിൽ ദിവ്യന്മാർക്കും മനുഷ്യർക്കും ഉപയോഗിക്കാവുന്ന മുകുടങ്ങൾ മൂന്നു വിധത്തിലുണ്ട്. അവ പാർശ്വങ്ങളിലേക്കു ചരിഞ്ഞതും നെറുകയിൽ നേരെ നില്ക്കുന്നതും പിന്നെ കിരീടത്തോടു കൂടിയതുമാണ്.

ദേവഗന്ധർവ്വയക്ഷാണാം
പന്നഗാനാം സരക്ഷസാം
കർത്തവ്യാ നൈകവിഹിതാ
മുകുടാഃ പാർശ്വമൗലിനഃ. 128

ദേവഗന്ധർവ്വയക്ഷാണാം - ദേവന്മാർ, ഗന്ധർവ്വന്മാർ, യക്ഷന്മാർ എന്നിവർക്ക്
സരക്ഷസാം പന്നഗാനാം - രാക്ഷസന്മാർക്ക്, നാഗങ്ങൾക്ക്
ന ഏകവിഹിതഃ - ഒരു തരത്തിലല്ലാത്ത (പലവിധത്തിലുള്ള)
പാർശ്വമൗലിനഃ - പാർശ്വഭാഗങ്ങളിലേക്ക് ചരിഞ്ഞിരിക്കുന്ന
മുകുടാഃ കർത്തവ്യാഃ - മുകുടങ്ങളാണ് ചെയ്യേണ്ടത്

ദേവന്മാർ, ഗന്ധർവ്വന്മാർ, യക്ഷന്മാർ, രാക്ഷസന്മാർ, നാഗങ്ങൾ തുടങ്ങിയവർക്ക് പാർശ്വഭാഗത്തിലേക്കു ചരിച്ച പലവിധത്തിലുള്ള മുകുടങ്ങളാണ് ഉപയോഗിക്കേണ്ടത്.

ഉത്തമാ യേ ച ദിവ്യാനാം
തേ ച കാര്യാ കിരീടിനഃ
മദ്ധ്യമാ മൗലിനശ്ചൈവ
കനിഷ്ഠാഃ പാർശ്വമൗലിനഃ. 129

ദിവ്യാനാം ച യേ ഉത്തമാഃ - ദിവ്യന്മാരിൽ ഉത്തമരായവർ
തേ ച കിരീടിനഃ കാര്യാഃ - അവരെ കിരീടത്തോടുകൂടിയവരായി ചെയ്യണം
മദ്ധ്യമാഃ ച മൗലിനഃ ഏവ - മദ്ധ്യമന്മാർ നിറുകയിൽ മുകുടത്തോടുകൂടിയവർ
കനിഷ്ഠാഃ പാർശ്വമൗലിനഃ - താഴ്ന്നവർ പാർശ്വത്തിൽ മുകുടത്തോടുകൂടിയവർ

ദിവ്യന്മാരിൽ ഉത്തമരായവർക്ക് കിരീടം വേണം. മദ്ധ്യമന്മാരെ നിറുകയിൽ മുകുടത്തോടു കൂടിയവരായും താഴ്ന്നവരെ പാർശ്വത്തിൽ മുകുടത്തോടുകൂടിയവരായും ഒരുക്കേണ്ടതാണ്.

നരാധിപാനാം കർത്തവ്യാ
മസ്തകേ മുകുടാ ബുധൈഃ
വിദ്യാധരാണാം സിദ്ധാനാം
ചാരണാനാം തഥൈവ ച
ഗ്രന്ഥിമത് കേശമുകുടാ
കർത്തവ്യാസ്തു പ്രയോക്തൃഭിഃ. 130

നരാധിപാനാം - രാജാക്കന്മാർക്ക്
വിദ്യാധരാണാം സിദ്ധാനാം - വിദ്യാധരന്മാർക്ക്, സിദ്ധന്മാർക്ക്
തഥാ ഏവ ചാരണാനാം ച - അതുപോലെ ചാരണന്മാർക്കും
ബുധൈഃ - അറിവുള്ളവരാൽ
മസ്തകേ മുകുടാഃ കർത്തവ്യാഃ - നിറുകയിൽ മുകുടം ചെയ്യേണ്ടതാണ്
പ്രയോക്തൃഭിഃ തു - പ്രയോക്താക്കളാലാകട്ടെ
ഗ്രന്ഥിമത് കേശമുകുടാഃ - മുടി കൂട്ടിക്കെട്ടിയ മുകുടം
കർത്തവ്യാഃ - ഉണ്ടാക്കേണ്ടതാണ്

രാജാക്കന്മാർക്കും വിദ്യാധരന്മാർക്കും സിദ്ധന്മാർക്കും അതുപോലെ ചാരണന്മാർക്കും നെറുകയിലാണ് മുകുടം വെക്കേണ്ടത്. മുടി വേണ്ടവിധത്തിൽ കെട്ടിവെച്ചാണ് മുകുടം ഉണ്ടാക്കേണ്ടത്.

രക്ഷോദാനവദൈത്യാനാം
പിംഗകേശേക്ഷണാനി ച
ഹരിശ്മശ്രൂണി ച തഥാ
മുകുടാസ്യാനി കാരയേത്
ഉത്തമശ്ചാപി യേ തത്ര
തേ കാര്യാഃ പാർശ്വമൗലിനഃ. 131

രക്ഷോദാനവദൈത്യാനാം	-	രാക്ഷസന്മാർ, ദാനവന്മാർ, ദൈത്യന്മാർ എന്നിവർക്ക്
പിംഗകേശേക്ഷണാനി	-	ചെമ്പിച്ച മുടിയും കണ്ണുകളും
തഥാ ഹരിശ്മശ്രൂണി ച	-	അതുപോലെ ചെമ്പിച്ച താടിയും
മുകുടാസ്യാനി	-	മുകുടങ്ങളോടുകൂടിയ മുഖങ്ങൾ
കാരയേത്	-	ചെയ്യണം
തത്ര യേ ഉത്തമാഃ	-	അതിൽ ആരാണോ ഉത്തമന്മാർ
തേ പാർശ്വമൗലിനഃ കാര്യാഃ	-	അവരെ പാർശ്വത്തിലേക്കു ചരിച്ച മുകുടത്തോടെ ചെയ്യണം

രാക്ഷസന്മാർ, ദാനവന്മാർ, ദൈത്യന്മാർ, എന്നിവർക്ക് ചെമ്പിച്ച മുടിയും താടിയും കണ്ണും ഉള്ള മുകുടങ്ങളോടുകൂടിയ മുഖങ്ങൾ ഉണ്ടാക്കിവെക്കണം. അവരിൽ ഉത്തമരായവർക്ക് പാർശ്വത്തിലേക്ക് ചരിച്ച മുകുടമാണ് വെക്കേണ്ടത്.

കസ്മാത്തു മുകുടാ സൃഷ്ടാഃ
പ്രയോഗേ ദിവ്യപാർത്ഥിവേ
കേശാനാം ഛേദനം ദൃഷ്ടം
വേദവാദേ യഥാശ്രുതി

ഭദ്രീകൃതസ്യ വാ യജ്ഞേ
ശിരസഃ ഛാദനേച്ഛയാ
കേശാനാമപ്യദീർഘത്വാത്
കൃതം മുകുടധാരണം. 132

പ്രയോഗേ തു	-	നാടകപ്രയോഗത്തിലാകട്ടെ
ദിവ്യപാർത്ഥിവേ	-	ദിവ്യന്മാർക്കും രാജാക്കന്മാർക്കും
മുകുടാഃ	-	മുകുടങ്ങൾ
കസ്മാത് സൃഷ്ടാഃ	-	എന്തിനുവേണ്ടി സൃഷ്ടിച്ചു
വേദവാദേ	-	വേദങ്ങളിൽ
കേശാനാം ഛേദനം ദൃഷ്ടം	-	മുടി മുറിച്ചു കളയണമെന്നു കാണുന്നു
യജ്ഞേ	-	യജ്ഞത്തിൽ

യഥാശ്രുതി - വേദവിധിയനുസരിച്ച്
ഭദ്രീകൃതസ്യ ശിരസഃ - ഭദ്രമാക്കിത്തീർത്ത തലയുടെ
ഛാദനേച്ഛയാ - മൂടണം എന്നതുകൊണ്ട്
കേശാനാം അദീർഘത്വാത് അപി - മുടിക്ക് നീളമില്ലാത്തതു കൊണ്ടും
മുകുടധാരണം കൃതം - മുകുടം ധരിക്കണമെന്നു പറഞ്ഞിരിക്കുന്നു

നാടകപ്രയോഗത്തിൽ ദിവ്യകഥാപാത്രങ്ങൾക്കും രാജാക്കന്മാർക്കും മുകുടം വേണമെന്ന് പറഞ്ഞിരിക്കുന്നത് എന്തിനാണ്? വേദത്തിൽ മുടി മുറിച്ചുകളയണമെന്ന നിർദ്ദേശമുണ്ട്. അതുപോലെ യജ്ഞത്തിൽ മുടിയില്ലാത്ത തല മൂടേണ്ടതുമുണ്ട്. കഥാപാത്രമായി ഒരുങ്ങുന്ന നടന്റെ തലയിൽ നീളമില്ലാത്ത മുടിയായിരിക്കും എന്നതുകൊണ്ടാണ് മുകുടം ധരിക്കണമെന്ന് പറഞ്ഞിട്ടുള്ളത്.

സേനാപതേഃ പുനശ്ചാപി
യുവരാജസ്യ ചൈവ ഹി
യോജയേദർദ്ധമുകുടം
മഹാമാത്രാശ്ച യേ! നരാഃ. 133

പുനഃ സേനാപതേഃ - പിന്നെ സേനാപതിക്ക്
യുവരാജസ്യ ച ഏവ - യുവരാജാവിനും
യേ നരാഃ മഹാമാത്രാഃ ച - മഹാമന്ത്രിസ്ഥാനം വഹിക്കുന്നവർക്ക്
അർദ്ധമുകുടം യോജയേത് - പാതിമുകുടമാണ് വെക്കേണ്ടത്.

സേനാപതി, യുവരാജാവ്, മന്ത്രിമുഖ്യർ തുടങ്ങിയ ഉന്നതസ്ഥാനീയർക്ക് അർദ്ധമുകുടമാണ് വെക്കേണ്ടത്.

അമാത്യാനാം കഞ്ചുകീനാം
തഥാ ശ്രേഷ്ഠിപുരോധസാം
വേഷ്ടനാബദ്ധപട്ടാനി
പ്രതിശീർഷാണി കാരയേത്. 134

അമാത്യാനാം കഞ്ചുകീനാം - മന്ത്രിമാർക്ക്, കഞ്ചുകികൾക്ക്
തഥാ ശ്രേഷ്ഠിപുരോധസാം - അതുപോലെ ശ്രേഷ്ഠികൾക്കും പുരോഹിതന്മാർക്കും
വേഷ്ടനാബദ്ധപട്ടാനി - പട്ടുകൊണ്ട് കെട്ടിയുണ്ടാക്കിയ
പ്രതിശീർഷാണി - തൊപ്പികൾ
കാരയേത് - ചെയ്യേണ്ടതാണ്

മന്ത്രിമാർ, കഞ്ചുകിമാർ, കച്ചവടശ്രേഷ്ഠർ, പുരോഹിതന്മാർ തുടങ്ങിയവർക്ക് പട്ടുകൊണ്ടു കെട്ടിയുണ്ടാക്കിയ തൊപ്പികളാണ് വേണ്ടത്.

പിശാചോന്മത്തഭൂതാനാം
സാധകാനാം തപസ്വിനാം
അനിസ്തീർണ്ണപ്രതിജ്ഞാനാം
ലംബകേശം ഭവേച്ഛിരഃ. 135

പിശാചോന്മത്തഭൂതാനാം - പിശാചുക്കൾ, ഭ്രാന്തന്മാർ, ഭൂതങ്ങൾ എന്നിവർക്ക്

സാധകാനാം തപസ്വിനാം - ഫലസിദ്ധിക്കുവേണ്ടി തപസ്സു ചെയ്യുന്നവർക്ക്

അനിസ്തീർണ്ണപ്രതിജ്ഞാനാം - പ്രതിജ്ഞ നിറവേറ്റിക്കഴിയാത്തവർക്ക്

ശിരഃ ലംബകേശം ഭവേത് - തല നീണ്ടുകിടക്കുന്ന മുടിയോടെ ആവണം

പിശാചുക്കൾ, ഭ്രാന്തന്മാർ, ഭൂതങ്ങൾ, ഫലസിദ്ധിക്കുവേണ്ടി തപസ്സനുഷ്ഠിക്കുന്നവർ, പ്രതിജ്ഞ നിറവേറ്റിക്കഴിയാത്തവർ എന്നിവർക്കെല്ലാം കെട്ടാതെ നീളത്തിൽ കിടക്കുന്ന മുടിയാണ് വേണ്ടത്.

ശാക്യശ്രോത്രിയനിർഗ്രന്ഥ
പരിവ്രാട് ദീക്ഷിതേഷു ച
ശിരോ മുണ്ഡം തു കർത്തവ്യം
യജ്ഞദീക്ഷാന്വിതേഷു ച. 136

ശാക്യശ്രോത്രിയനിർഗ്രന്ഥ പരിവ്രാട്ദീക്ഷിതേഷു ച - ബുദ്ധസന്ന്യാസിമാർ, വേദജ്ഞാനികൾ, ജൈനസന്ന്യാസികൾ ഭിക്ഷുക്കൾ, ദീക്ഷയോടുകൂടിയവർ എന്നിവർക്കും

യജ്ഞദീക്ഷാന്വിതേഷു ച - യജ്ഞത്തിനുവേണ്ടി ദീക്ഷയെടുത്തവർക്കും

ശിരഃ തു മുണ്ഡം കർത്തവ്യം - തല മുണ്ഡനം ചെയ്യേണ്ടതാണ്

ബുദ്ധസന്ന്യാസികൾ, വേദജ്ഞാനികൾ, ജൈനസന്ന്യാസികൾ, ഭിക്ഷുക്കൾ, ഏതെങ്കിലും വ്രതത്തോടനുബന്ധിച്ച് ദീക്ഷയെടുത്തവർ, യജ്ഞത്തിനുവേണ്ടി ദീക്ഷയെടുത്തവർ എന്നിവർ കഥാപാത്രങ്ങളായി വരുമ്പോൾ അവരുടെ തല മുണ്ഡനം ചെയ്യേണ്ടതാണ് .

തഥാ വ്രതാനുഗം ചൈവ
ശേഷാണാം ലിംഗിനാം ശിരഃ
മുണ്ഡം വാ കുഞ്ചിതം വാപി
ലംബകേശമഥാപി വാ. 137

തഥാവ്രതാനുഗം ശേഷാണാം - അതുപോലെ മറ്റു വ്രതങ്ങൾ അനുഷ്ഠിക്കുന്ന

ലിംഗിനാം ച ഏവ - വ്രതികൾക്കും എല്ലാം തന്നെ

ശിരഃ മുണ്ഡം വാ കുഞ്ചിതം വാ - തല മുണ്ഡനം ചെയ്യുകയോ മുടി കെട്ടിവെക്കുകയോ

അഥ ലംബകേശം അപി വാ- അല്ലെങ്കിൽ നീണ്ടുകിടക്കുന്ന മുടിയായിട്ടോ

അതുപോലെ ഓരോരോ വ്രതമനുഷ്ഠിക്കുന്നവർ, ഓരോന്നിന്റേയും രീതിക്കനുസരിച്ച് തല മുണ്ഡനം ചെയ്യുകയോ മുടി കെട്ടിവെക്കുകയോ അല്ലെങ്കിൽ മുടി നീട്ടി ഇടുകയോ ആവാം.

ധൂർത്താനാം ചാപി കർത്തവ്യം
യേ ച രാജോപജീവിനഃ
യേ ച ശൃംഗാരിണസ്തേഷാം
ശിരഃ കുഞ്ചിതമൂർദ്ധജം. 138

ധൂർത്താനാം ച - ധൂർത്തന്മാർക്കും
യേ ച രാജോപജീവിനഃ - രാജാവിനെ ആശ്രയിച്ചു കഴിയുന്നവർക്കും
യേ ച ശൃംഗാരിണഃ - ശൃംഗാരികളായവർക്കും
തേഷാം ശിരഃ - അവരുടെ തല
കുഞ്ചിതമൂർദ്ധജം - കെട്ടിവെച്ച മുടിയോടു കൂടിയതായി
കർത്തവ്യം - ചെയ്യണം

ധൂർത്തന്മാർക്കും രാജാവിനെ ആശ്രയിച്ചുകഴിയുന്ന ജോലിക്കാർക്കും ശൃംഗാരികൾക്കും കെട്ടിവെച്ച മുടിയാണു വേണ്ടത്.

ബാലാനാമപി കർത്തവ്യം
ത്രിശിഖണ്ഡവിഭൂഷിതം
ജടാമകുടബദ്ധം ച
മുനീനാം ച ഭവേച്ഛിരഃ. 139

ബാലാനാം അപി - കുട്ടികൾക്കും
ത്രിശിഖണ്ഡവിഭൂഷിതം - മൂന്നായി കെട്ടി ഭംഗി വരുത്തി
കർത്തവ്യം - ചെയ്യണം
മുനീനാം ച ശിരഃ - മുനിമാരുടെ തല
ജടാമകുടബദ്ധം ച - ജടകൊണ്ട് മകുടം കെട്ടിയതും

ബാലന്മാരുടെ മുടി മൂന്നായി കെട്ടിവെച്ച് ഭംഗി കൂട്ടേണ്ടതാണ് . മുനിമാരുടെ തലയാകട്ടെ ജടകൊണ്ട് മകുടം ചാർത്തിയതുപോലെ കെട്ടിവെക്കണം.

ചേടാനാമപി കർത്തവ്യം
ത്രിശിഖം മുണ്ഡമേവ വാ
വിദൂഷകസ്യ ഖലതിഃ
സ്യാത് കാകപദമേവ വാ. 140

ചേടാനാം അപി - ചേടന്മാർക്കും
ത്രിശിഖം മുണ്ഡം ഏവ വാ - മൂന്നായി കെട്ടിയിട്ടോ മുണ്ഡനം ചെയ്തിട്ടോ
കർത്തവ്യം - ചെയ്യേണ്ടതാണ്
വിദൂഷകസ്യ ഖലതിഃ - വിദൂഷകന് കഷണ്ടിത്തല
കാകപദം ഏവ വാ സ്യാത് - ചെറിയ കുടുമയോ ആകാം

ചേടന്മാർക്ക് മുടി മൂന്നായി കെട്ടിവെക്കുകയോ മുണ്ഡനം ചെയ്യുകയോ ചെയ്യാം. വിദൂഷകന്റെ തല കഷണ്ടിയാവണം. അല്ലെങ്കിൽ ചെറിയൊരു കുടുമ ആകാം.

ശേഷാണാമർത്ഥയോഗേന
ദേശജാതിവയഃ ശ്രിതം
ശിരഃ പ്രയോക്തൃഭിഃ കാര്യം
നാനാവസ്ഥാന്തരാശ്രയം. 141

ശേഷാണാം	-	ബാക്കിയുള്ളവർക്ക്
അർഥയോഗേന	-	ആവശ്യത്തിനനുഗുണമായി
ദേശജാതിവയഃശ്രിതം	-	ദേശം, ജാതി, പ്രായം എന്നിവയെ ആശ്രയിച്ച്
നാനാവസ്ഥാന്തരാശ്രയം	-	പലവിധ അവസ്ഥകളെയും ആശ്രയിച്ച്
പ്രയോക്തൃഭിഃ	-	പ്രയോക്താക്കളാൽ
ശിരഃ കാര്യം	-	മുടി ചെയ്യേണ്ടതാണ്

ബാക്കിയുള്ള കഥാപാത്രങ്ങൾക്ക് ആവശ്യമനുസരിച്ച് അവരുടെ ദേശം, ജാതി, പ്രായം എന്നിവയും പലവിധത്തിൽ വരുന്ന അവസ്ഥകളും കണക്കിലെടുത്ത് നാട്യപ്രയോക്താക്കൾ ശിരസ്സിനെ ഒരുക്കേണ്ടതാണ്.

ഭൂഷണൈർവർണ്ണകൈർവ്വസ്ത്രൈർ
മ്മാല്യൈശ്ചൈവ യഥാവിധി
ഏവം നാനാപ്രകാരാംസ്തു
ബുദ്ധ്യാ വേഷാൻ പ്രകല്പയേത്. 142

ഏവം	-	ഇപ്രകാരം
ഭൂഷണൈഃ വർണ്ണകൈഃ	-	ആഭരണങ്ങൾകൊണ്ടും ചായങ്ങൾകൊണ്ടും
വസ്ത്രൈഃ മാല്യൈഃ ച	-	വസ്ത്രങ്ങൾകൊണ്ടും പൂമാലകൾകൊണ്ടും
യഥാവിധി	-	വേണ്ടവിധത്തിൽ
നാനാപ്രകാരാൻ വേഷാൻ തു	-	പലവിധത്തിലുള്ള വേഷങ്ങളെ
ബുദ്ധ്യാ പ്രകല്പയേത്	-	ബുദ്ധിപൂർവ്വം ചിന്തിച്ച് ചെയ്യേണ്ടതാണ്

ഇപ്രകാരം ആഭരണങ്ങൾ, ചായങ്ങൾ, വസ്ത്രങ്ങൾ, പൂമാലകൾ എന്നിവയെല്ലാം വേണ്ടരീതിയിൽ ഉപയോഗിച്ച് കഥാപാത്രങ്ങൾക്ക് അനുഗുണമായ വേഷങ്ങൾ ബുദ്ധിപൂർവ്വം ആലോചിച്ച് ചെയ്യേണ്ടതാണ്.

പൂർവ്വം തു പ്രകൃതിഃ സ്ഥാപ്യാ
പ്രയോഗഗുണസംഭവാ
സ്ത്രീണാം വാ പുരുഷാണാം വാ
പൃവസ്ഥാം പ്രാപ്യ താദൃശീം. 143

പൂർവ്വം തു - ആദ്യമേ തന്നെ
സ്ത്രീണാം വാ
പുരുഷാണാം വാ - സ്ത്രീകൾക്കായാലും പുരുഷന്മാർക്കായാലും
പ്രയോഗഗുണസംഭവാ - രംഗപ്രയോഗത്തിനു ഗുണമുണ്ടാക്കുന്ന
താദൃശീം അവസ്ഥാം പ്രാപ്യ - അത്തരം അവസ്ഥയെ പ്രാപിച്ചിട്ട്
പ്രകൃതിഃ സ്ഥാപ്യാ - ആ പ്രകൃതിയെ ഉറപ്പിക്കണം

സ്ത്രീകൾക്കായാലും പുരുഷന്മാർക്കായാലും രംഗപ്രയോഗത്തിന് ഉതകുന്ന ഒരു മാനസികാവസ്ഥ ആദ്യം ഉണ്ടാക്കിയെടുക്കേണ്ടതുണ്ട്. അതിനുശേഷമാണ് കഥാപാത്രത്തിന്റെ പ്രകൃതിയെ അവിടെ യോജിപ്പിക്കേണ്ടത്.

സർവ്വേ ഭാവാശ്ച ദിവ്യാനാം
കാര്യാ മാനുഷസംശ്രയഃ
തേഷാം ചാനിമിഷത്വാദി
നൈവ കാര്യം പ്രയോക്തൃഭിഃ. 144

ദിവ്യാനാം ച - ദിവ്യന്മാർക്കും
മാനുഷസംശ്രയാഃ - മനുഷ്യർക്കുള്ളതായ
സർവ്വേ ഭാവാഃ കാര്യാഃ - എല്ലാ ഭാവങ്ങളും ചെയ്യാം
തേഷാം അനിമിഷത്വാദി ച - അവരുടെ കണ്ണുചിമ്മാതിരിക്കൽ തുടങ്ങിയവ
പ്രയോക്തൃഭിഃ - പ്രയോക്താക്കളാൽ
ന ഏവ കാര്യം - ചെയ്യേണ്ടതില്ല

ദിവ്യന്മാരും മനുഷ്യരുടെ ഭാവങ്ങളൊക്കെത്തന്നെയാണ് കാണിക്കേണ്ടത്. കണ്ണു ചിമ്മാതിരിക്കുക തുടങ്ങിയ ദിവ്യധർമ്മങ്ങളൊന്നും നടന്മാർ കാണിക്കേണ്ടതില്ല.

ഇഹ ഭാവരസാശ്ചൈവ
ദൃഷ്ടിഭിഃ സംപ്രതിഷ്ഠിതാഃ
ദൃഷ്ട്യൈവ സ്ഥാപിതോ ഹ്യർത്ഥഃ
പശ്ചാദംഗൈർവിഭാവ്യതേ. 145

ഇഹ ഭാവരസാഃ ച - ഇവിടെ ഭാവങ്ങളും രസങ്ങളും
ദൃഷ്ടിഭിഃ ഏവ - കണ്ണുകളിൽത്തന്നെ
സംപ്രതിഷ്ഠിതാഃ - പ്രതിഷ്ഠിക്കപ്പെട്ടിരിക്കുന്നു
ദൃഷ്ട്യാ സ്ഥാപിതഃ - കണ്ണിൽ സ്ഥാപിക്കപ്പെട്ട
അർത്ഥഃ ഏവ ഹി - കാര്യം തന്നെയാണ്
പശ്ചാത് - പിന്നീട്
അംഗൈഃ വിഭാവ്യതേ - അവയവങ്ങളെക്കൊണ്ട് പ്രകടമാക്കുന്നത്

ഭാവങ്ങളും രസങ്ങളും ആദ്യം ഉറപ്പിക്കേണ്ടത് കണ്ണിലാണ്. കണ്ണിൽ സ്ഥാപിതമായ കാര്യമാണ് പിന്നീട് ആംഗികാദി അഭിനയങ്ങളിലൂടെ പ്രകടമാക്കേണ്ടത്.

ഏവം ജ്ഞേയാംഗരചനാ
നാനാപ്രകൃതിസംഭവാ
സജ്ജീവ ഇതി യഃ പ്രോക്ത
സ്തസ്യ വക്ഷ്യാമി ലക്ഷണം. 146

ഏവം - ഇപ്രകാരം
നാനാപ്രകൃതിസംഭവാഃ - പല പ്രകൃതികൾക്ക് വേണ്ടത്
അംഗരചനാ ജ്ഞേയാ - വേഷപ്പകർച്ച അറിയേണ്ടതാണ്
സജ്ജീവ ഇതി യഃ പ്രോക്തഃ - സജ്ജീവം എന്ന് മുമ്പേ പറഞ്ഞത്
തസ്യ ലക്ഷണം വക്ഷ്യാമി - അതിന്റെ ലക്ഷണം പറയാം

ഇങ്ങനെ പല പല പ്രകൃതികൾക്കുവേണ്ടിയുള്ള വേഷരചനകൾ അറിയേണ്ടതാണ്. ഇനി വേഷവിധാനത്തിന്റെ മറ്റൊരു വിഭാഗമായ സജ്ജീവത്തിന്റെ ലക്ഷണം പറയാം.

സജ്ജീവങ്ങൾ

യഃ പ്രാണിനാം പ്രവേശോ വൈ
സജ്ജീവ ഇതി സംജ്ഞിതഃ
ചതുഷ്പദോƒഥ ദ്വിപദ
സ്തഥാ ചൈവാപദഃ സ്മൃതഃ. 147

യഃ പ്രാണിനാം പ്രവേശഃ - യാതൊന്നാണോ ജന്തുക്കളുടെ പ്രവേശം
സജ്ജീവ ഇതി സംജ്ഞിതഃ - അത് സജ്ജീവം എന്ന പേരുള്ളതാണ്
ചതുഷ്പദഃ അഥ ദ്വിപദഃ - നാലു കാലുകളുള്ളത് പിന്നെ രണ്ടു കാലുകളുള്ളത്
തഥാ അപദഃ ച സ്മൃതഃ ഏവ - അപ്രകാരം കാലുകളില്ലാത്തത് എന്നും സ്മരിക്കപ്പെട്ടിരിക്കുന്നു

ജീവനുള്ള ജന്തുക്കളുടെ പ്രവേശത്തെയാണ് സജ്ജീവം എന്നു പറയുന്നത്. നാലു കാലുകളുള്ളത്, രണ്ടു കാലുകളുള്ളത്, കാലുകളില്ലാത്തത് എന്നിങ്ങനെ സജ്ജീവം മൂന്നുവിധത്തിലുണ്ട്.

ഉരഗാ ഹ്യപദാ ജ്ഞേയാഃ
ദ്വിപദാഃ ഖഗമാനുഷാഃ
ഗ്രാമാരണ്യാശ്ച പശവോ
വിജ്ഞേയാസ്തേ ചതുഷ്പദാഃ. 148

ഉരഗാഃ ഹി അപദാഃ ജ്ഞേയാഃ - പാമ്പുകൾ ആണ് കാലില്ലാത്തവ എന്നറിയണം

ഖഗമാനുഷാഃ ദ്വിപദാഃ	-	പക്ഷികളും മനുഷ്യരും രണ്ടു കാലുള്ളവർ
ഗ്രാമാരണ്യാഃ പശവഃ	-	നാട്ടിലും കാട്ടിലും ഉള്ള മൃഗങ്ങൾ
തേ ച ചതുഷ്പദാഃ	-	അവർ നാലു കാലുള്ളവർ
വിജ്ഞേയാഃ	-	എന്നറിയപ്പെടുന്നു.

പാമ്പുകൾ ആണ് കാലില്ലാത്തവർ. പക്ഷികളും മനുഷ്യരും രണ്ടു കാലുള്ളവരാണ്. നാട്ടിലെയും കാട്ടിലെയും മൃഗങ്ങൾ നാലു കാലുള്ളവരുമാണ്.

യേ തേ തു യുദ്ധേ സംഫേടേ
ഹ്യുപരോധേ തഥൈവ ച
നാനാപ്രഹരണോപേതാഃ
പ്രയോജ്യാ നാടകേ ബുധൈഃ. 149

യേ തേ തു	-	യാതൊരുവരെയാണോ പറഞ്ഞത് അവരെയാകട്ടെ
യുദ്ധേ സംഫേടേ	-	യുദ്ധത്തിൽ, കലഹത്തിൽ
തഥാ ഏവ ഉപരോധേ ച	-	അതുപോലെ ഉപരോധത്തിലും
നാനാപ്രഹരണോപേതാഃ	-	പലതരം ആയുധങ്ങളോടുകൂടി
നാടകേ	-	നാടകത്തിൽ
ബുധൈഃ പ്രയോജ്യാഃ	-	പണ്ഡിതന്മാരാൽ പ്രയോഗിക്കപ്പെടണം

മുകളിൽ പറഞ്ഞ ഈ സജ്ജീവങ്ങളെ യുദ്ധത്തിലും കലഹത്തിലും നഗരോപരോധത്തിലും മറ്റും പലതരത്തിലുള്ള ആയുധങ്ങളോടും കൂടി പണ്ഡിതന്മാർക്ക് നാടകത്തിൽ ഉപയോഗപ്പെടുത്താം.

ആയുധങ്ങളുടെ അളവ്

ആയുധാനി ച കാര്യാണി
പുരുഷാണാം പ്രമാണതഃ
താന്യഹം സംപ്രവക്ഷ്യാമി
യഥായുക്തിപ്രമാണതഃ. 150

ആയുധാനി ച	-	ആയുധങ്ങളും
പുരുഷാണാം പ്രമാണതഃ	-	പുരുഷന്മാരുടെ അളവനുസരിച്ച്
കാര്യാണി	-	ചെയ്യേണ്ടതാണ്
അഹം താനി	-	ഞാൻ അവയെ
യഥായുക്തിപ്രമാണതഃ	-	യുക്തിയും പ്രമാണവുമനുസരിച്ച്
സംപ്രവക്ഷ്യാമി	-	പറയാം

ആയുധങ്ങൾ പുരുഷന്മാരുടെ അളവിനനുസരിച്ച് നിർമ്മിക്കേണ്ടവയാണ്. യുക്തിയും പ്രമാണവും അനുസരിച്ച് ഞാൻ അതിനെ വിവരിക്കാം.

ഭിണ്ഡിർദ്വാദശതാലഃ സ്യാത്
ദശ കുന്തോ ഭവേദഥ
അഷ്ടൗ ശതഘ്നീ ശൂലം ച
തോമരഃ ശക്തിരേവ വാ. 151

ഭിണ്ഡിഃ ദ്വാദശതാലഃസ്യാത്	-	ഭിണ്ഡി എന്ന ആയുധം പന്ത്രണ്ട് ചാൺ ആവാം
അഥ കുന്തഃ ദശ ഭവേത്	-	പിന്നെ കുന്തം പത്തു ചാൺ വേണം
ശതഘ്നീ ശൂലം ച	-	ശതഘ്നിയും ശൂലവും
തോമരഃ ശക്തിഃ ഏവ വാ	-	ഇരുമ്പുപാര, വാൾ എന്നിവയും
അഷ്ടൗ (ഭവേത്)	-	എട്ടു ചാൺ വേണം

ഭിണ്ഡി എന്ന ആയുധവിശേഷത്തിന് പന്ത്രണ്ടു ചാൺ നീളമുണ്ടാവണം. കുന്തത്തിന് പത്തു ചാൺ വേണം. അതുപോലെ ശതഘ്നി (ഇരുമ്പാണി നിറച്ചു കുത്തിവെച്ചിട്ടുള്ള വലിയ കല്ല്), ശൂലം, ഇരുമ്പുപാര, വാൾ എന്നിവയ്ക്കെല്ലാം എട്ടു ചാൺ നീളമാണ് വേണ്ടത്.

അഷ്ടതാലം ധനുർജ്ഞേയം
ആവാപോസ്യ ദ്വിഹസ്തകഃ
ശരോ ഗദാ ച വജ്രം ച
ചതുസ്താലം വിധീയതേ. 152

ധനുഃ അഷ്ടതാലം ജ്ഞേയം	-	വില്ല് എട്ടു ചാൺ വേണം
അസ്യ ആവാപഃ	-	അതിന്റെ ഉറ
ദ്വിഹസ്തകഃ	-	രണ്ടു ഹസ്തം (കോൽ)
ശരഃ ഗദാ ച വജ്രം ച	-	ശരം, ഗദ, വജ്രം എന്നിവ
ചതുസ്താലം വിധീയതേ	-	നാലു ചാൺ എന്ന് വിധിച്ചിരിക്കുന്നു

വില്ലിന് എട്ടു ചാൺ നീളം വേണം. വില്ലുറയ്ക്ക് വേണ്ടത് രണ്ടു കോൽ നീളമാണ്. ശരവും ഗദയും വജ്രവും നാലു ചാൺ നീളത്തോടു കൂടിയതാവണം.

അംഗുലാനി ത്വസിഃ കാര്യ
ശ്ചത്വാരിംശത് പ്രമാണതഃ
ദ്വാദശാംഗുലകം ചക്രം
തതോഽർദ്ധം പ്രാസ ഉച്യതേ. 153

അസിഃ തു	-	വാൾ ആകട്ടെ
ചത്വാരിംശത് അംഗുലാനി കാര്യഃ	-	നാല്പത് അംഗുലങ്ങൾ വേണം
പ്രമാണതഃ	-	വിസ്താരത്തിൽ
ചക്രം ദ്വാദശാംഗുലകം	-	ചക്രം പന്ത്രണ്ട് അംഗുലത്തോടു കൂടിയത്
തതഃ അർദ്ധം	-	അതിന്റെ പകുതി
പ്രാസ ഉച്യതേ	-	പ്രാസമെന്നു പറയപ്പെടുന്നു.

വാളിന് നാല്പത് അംഗുലം നീളം വേണം. ചക്രത്തിന് പന്ത്രണ്ട് അംഗുലം വിസ്താരമാണ് വേണ്ടത്. പ്രാസത്തിന് അതിന്റെ പകുതി അതായത് ആറ് അംഗുലം മതി.

പ്രാസവത് പട്ടസം വിദ്യാ
ദ്ദണ്ഡശ്ചൈവ ഹി വിംശതിഃ
വിംശതിഃ കണയശ്ചൈവ
ഹ്യംഗുലാനി പ്രമാണതഃ. 154

പ്രാസവത്	-	പ്രാസത്തെപ്പോലെ (ഒരു തരം കുന്തം)
പട്ടസം വിദ്യാത്	-	പട്ടസത്തിനും വരണം
ദണ്ഡഃ ച ഏവ	-	ദണ്ഡത്തിനാറ്വട്ടെ
വിംശതിഃ ഹി	-	ഇരുപത് അംഗുലം വേണം
കണയഃ ച	-	ശൂലവും
പ്രമാണതഃ ഏവ	-	തീർച്ചയായും
വിംശതിഃ അംഗുലാനി ഹി	-	ഇരുപത് അംഗുലം വേണം

അഭിനയരംഗത്ത് ആഹാര്യാഭിനയത്തിനു പ്രയോജനപ്പെടുത്തുന്ന കുന്തത്തിനും പട്ടസത്തിനും ആറ് അംഗുലമാണ് വേണ്ടത്. ശൂലത്തിനാകട്ടെ ഇരുപത് അംഗുലം വേണം.

ഷോഡശാംഗുലവിസ്തീർണ്ണം
ചർമ്മ കാര്യം ദ്വിഹസ്തകം
ത്രിംശദംഗുലമാനേന
കർത്തവ്യം ഖേടകം ബുധൈഃ 155

ചർമ്മ	- പരിച
ഷോഡശാംഗുലവിസ്തീർണ്ണം	- പതിനാറ് അംഗുലം വീതി
ദ്വിഹസ്തകം	- രണ്ടു കോൽ നീളം
ബുധൈഃ	- പണ്ഡിതന്മാരാൽ
ത്രിംശദംഗുലമാനേന	- മുപ്പത് അംഗുലം നീളത്തിൽ
ഖേടകം കർത്തവ്യം	- ഗദയെ ചെയ്യണം

പരിചയ്ക്ക് പതിനാറംഗുലം വീതിയും രണ്ടുകോൽ നീളവും വേണം. ഗദയ്ക്കു വേണ്ടത് മുപ്പത് അംഗുലം നീളമാണ് .

ജർജ്ജരോ ദണ്ഡകാഷ്ഠം ച
തഥൈവ പ്രതിശീർഷകം
ഛത്രം ച ചാമരം ചൈവ
ധ്വജോ ഭൃംഗാര ഏവ ച

യത്കിഞ്ചിത് മാനുഷേ ലോകേ
ദ്രവ്യം പുംസാം പ്രയോജകം
ഛത്രം ച ചാമരം ചൈവ
നാട്യേ യത് സംപ്രകീർത്തിതം. 156

ജർജ്ജരഃ ദണ്ഡകാഷ്ഠം ച	-	കൊടിമരവും വടിയും
തഥാ ഏവ	-	അതുപോലെതന്നെ
പ്രതിശീർഷകം ച	-	മുഖംമൂടിയും
ഛത്രം ചാമരം ച ഏവ	-	കുട, വെൺചാമരം എന്നിവയും
ധ്വജഃ ഭൃംഗാരഃ ച ഏവ	-	കൊടിയും ജലപാത്രവും
മാനുഷേ ലോകേ	-	മനുഷ്യരുടെ ലോകത്ത്
യത് കിഞ്ചിത് ദ്രവ്യം	-	ഏതെല്ലാം പദാർത്ഥങ്ങളാണോ
യത് ച ഉപകരണം	-	ഏതെല്ലാം ഉപകരണങ്ങളാണോ
പുംസാം പ്രയോജകം	-	മനുഷ്യർക്ക് പ്രയോജനമാകുന്നത്
തത് സർവ്വം	-	അതെല്ലാം തന്നെ
നാട്യേ സംപ്രകീർത്തിതം	-	നാട്യത്തിലും ആവാമെന്ന് ഉറപ്പിച്ചു പറഞ്ഞിരിക്കുന്നു

കൊടിമരം, വ്യത്യസ്തരീതിയിലുള്ള വടി, പൊയ്ത്തലകൾ, കുട, വെഞ്ചാമരം, കൊടി, ജലപാത്രം എന്നിങ്ങനെ മനുഷ്യർ പ്രയോജനപ്പെടുത്തുന്ന എന്തെന്തെല്ലാം പദാർത്ഥങ്ങളും ഉപകരണങ്ങളും ഉണ്ടോ അവയെല്ലാം നാട്യത്തിൽ ആവശ്യമായി വരുന്നതനുസരിച്ച് ഉപയോഗിക്കാവുന്നതാണ്.

യദ്യസ്യ വിഷയപ്രാപ്തം
തേനോഹ്യം തസ്യ ലക്ഷണം
ജർജ്ജരേ ദണ്ഡകാഷ്ഠേ ച
സംപ്രവക്ഷ്യാമി ലക്ഷണം. 157

യത് യസ്യ വിഷയപ്രാപ്തം	-	യാതൊന്ന് യാതൊരാൾക്ക് വിഷയമായി എത്തുന്നുവോ
തേന തസ്യ ലക്ഷണം ഊഹ്യം	-	അയാൾ അതിന്റെ ലക്ഷണത്തെ കണ്ടെത്തണം
ജർജ്ജരേ ദണ്ഡകഷ്ഠേ ച	-	ജർജ്ജരത്തിന്റേയും ദണ്ഡകാഷ്ഠത്തിന്റേയും
ലക്ഷണം സംപ്രവക്ഷ്യാമി	-	ലക്ഷണം ഞാൻ പറയാം.

നാട്യത്തിൽ പുതിയ വിഷയവുമായി ബന്ധപ്പെട്ട് ആർക്ക് എന്ത് ഉപകരണമാണോ ആവശ്യമായി വരുന്നത് അതിന്റെ ലക്ഷണത്തെ അവർ തന്നെ ഊഹിച്ച് കണ്ടെത്തേണ്ടതാണ്. ജർജ്ജരത്തിന്റേയും ദണ്ഡകാഷ്ഠത്തിന്റെയും ലക്ഷണം ഞാനിവിടെ വിവരിക്കാം.

ജർജ്ജരലക്ഷണം

മാഹേന്ദ്രോ വൈ ധ്വജാ പ്രോക്താ
ലക്ഷണൈർവിശ്വകർമ്മണാ
തേഷാമന്യതമം കാര്യം
ജർജ്ജരം ദാരുകർമ്മതഃ. 158

വിശ്വകർമ്മണാ	-	വിശ്വകർമ്മാവിനാൽ
മാഹേന്ദ്രാ ധ്വജാഃ	-	പല വിധത്തിലുള്ള മാഹേന്ദ്ര ധ്വജങ്ങളെ
ലക്ഷണൈഃ പ്രോക്താഃ	-	ലക്ഷണം കൊടുത്ത് പറഞ്ഞിട്ടുണ്ട്
ദാരുകർമ്മതഃ	-	മരം കൊണ്ടുണ്ടാക്കിയിട്ടുള്ള
തേഷാം അന്യതമം	-	അതിൽ ഒന്നിനെ
ജർജ്ജരം കാര്യം	-	കൊടിമരം ആക്കണം

വിശ്വകർമ്മാവ് പലതരത്തിലുള്ള മാഹേന്ദ്രധ്വജങ്ങളുടേയും ലക്ഷണം പറഞ്ഞിട്ടുണ്ട്. അതിൽ മരം കൊണ്ടുണ്ടാക്കുന്ന ഏതെങ്കിലും ഒന്നിനെ കൊടിമരമായി ഉപയോഗപ്പെടുത്താവുന്നതാണ്.

അഥവാ വൃക്ഷയോനിഃ സ്യാത്
പ്രരോഹോ വാപി ജർജ്ജരഃ
വേണുരേവ ഭവേച്ഛ്രേഷ്ഠ
സ്തസ്യ വക്ഷ്യാമി ലക്ഷണം. 159

അഥവാ	-	അല്ലെങ്കിൽ
വൃക്ഷയോനിഃ പ്രരോഹഃ	-	മരത്തിൽനിന്നുള്ള കൊമ്പും
ജർജ്ജരഃ സ്യാത്	-	കൊടിമരമാക്കാം
വേണുഃ ഏവ	-	മുള തന്നെയാണ്
ശ്രേഷ്ഠം ഭവേത്	-	ഉത്തമമായിട്ടുള്ളത്
തസ്യ ലക്ഷണം വക്ഷ്യാമി	-	അതിന്റെ ലക്ഷണം പറയാം

അല്ലെങ്കിൽ ഏതെങ്കിലും ഒരു വൃക്ഷത്തിന്റെ കൊമ്പിനെ ജർജ്ജരമായി കല്പിച്ച് പ്രയോജനപ്പെടുത്താവുന്നതാണ്. എങ്കിലും മുളയാണ് ഇതിന് ഏറ്റവും അനുയോജ്യമായിട്ടുള്ളത്. അതിന്റെ ലക്ഷണം വിശദമാക്കാം.

ശ്വേതഭൂമ്യാം ച യോ ജാതഃ
പുഷ്യനക്ഷത്രജസ്തഥാ
സ ഗ്രാഹ്യോ വൈ ഭവേദ്വേണുർ
ജർജ്ജരാർത്ഥം പ്രയത്നതഃ. 160

യഃ ച ശ്വേതഭൂമ്യാം ജാതഃ	-	യാതൊന്നാണോ വെളുത്ത മണ്ണിൽ ഉണ്ടായത്
തഥാ പുഷ്യനക്ഷത്രജഃ	-	അതുപോലെ പൂയം ഞാറ്റുവേലയിൽ ഉണ്ടായത്
സഃ വേണുഃ	-	ആ മുള
പ്രയത്നതഃ	-	ഉത്സാഹപൂർവ്വം
ജർജ്ജരാർത്ഥം ഗ്രാഹ്യഃ ഭവേത്	-	കൊടിമരത്തിനായി കണ്ടെത്തേണ്ടതാണ്

വെളുത്ത മണ്ണിൽ പൂയം ഞാറ്റുവേലയിൽ ഉണ്ടായ മുളയാണ് കൊടി മരത്തിന് ഏറ്റവും അനുയോജ്യം. അതുകൊണ്ട് അതിനെ ഉപയോഗി ക്കാൻ ശ്രമിക്കേണ്ടതാണ്.

പ്രമാണമംഗുലാനാം തു
ശതമഷ്ടോത്തരം ഭവേത്
പഞ്ചപൂർവ്വാ ചതുർഗ്രന്ഥി
സ്താലമാത്രസ്തഥൈവ ച. 161

അംഗുലാനാം പ്രമാണം തു - അംഗുലങ്ങളുടെ പ്രമാണമാകട്ടെ
അഷ്ടോത്തരം ശതം ഭവേത് - നൂറ്റിയെട്ട് ആവണം
പഞ്ചപർവ്വാ - അഞ്ച് തണ്ടുകളുള്ളത്
ചതുർഗ്രന്ഥീ - നാലു കമ്പുകളുള്ളത്
തഥാ ഏവ - അതുപോലെതന്നെ
താലമാത്രഃ ച - ഒരു ചാൺ വണ്ണമുള്ളത്

കൊടിമരത്തിനുവേണ്ട മുളയുടെ നീളം നൂറ്റിയെട്ട് അംഗുലമായിരിക്കണം. ആ മുളയിൽ അഞ്ചു തണ്ടും നാലു കമ്പും അതുപോലെ ഒരു ചാൺ വണ്ണവും ഉണ്ടായിരിക്കുന്നതാണ് അഭികാമ്യം.

സ്ഥൂലഗ്രന്ഥിർന്ന കർത്തവ്യോ
ന ശാഖീ ന ച കീടവാൻ
ന കൃമിക്ഷതപർവ്വാ ച
ന ഹതശ്ചാന്യവേണുഭിഃ. 162

സ്ഥൂലഗ്രന്ഥിഃ ന കർത്തവ്യഃ - വലിയ കമ്പുകൾ ഉണ്ടാവരുത്
ശാഖീ ന - കൊമ്പുകൾ
കീടവാൻ ച ന - കീടങ്ങളോടു കൂടിയതാവരുത്
കൃമിക്ഷതപർവ്വാഃ ച ന - പുഴുക്കുത്തേറ്റവയാവരുത്
അന്യവേണുഭിഃ ഹതഃ ച ന - മറ്റു മുളകളിൽ തട്ടി കേടു വന്നതും ആവരുത്

കൊടിമരത്തിന് തെരഞ്ഞെടുക്കുന്ന മുളയിൽ വലിയ കമ്പുകൾ ഉണ്ടാവരുത്. അതുപോലെ കൊമ്പുകളും പാടില്ല. ഉള്ളിൽ പുഴു ഉണ്ടാവരുത്. പുഴുക്കുത്തേറ്റതും ആവരുത്. മറ്റു മുളകളിൽ കൂട്ടിമുട്ടി കേടു പറ്റിയതും ഉപയോഗിക്കരുത്.

മധുസർപ്പിസ്സർഷപാക് തം
മാല്യധൂപപുരസ്കൃതം
ഉപാസ്യ വിധിവദ്വേണും
ഗൃഹ്ണീയാജ്ജർജ്ജരം പ്രതി. 163

മധുസർപ്പിസ്സർഷപാക് - തേനും നെയ്യും കടുകും ചേർത്ത് പുരട്ടി
മാല്യധൂപപുരസ്കൃതം - മാല്യം, ധൂപം എന്നിവയോടു കൂടി
വിധിവത് ഉപാസ്യ - വേണ്ടരീതിയിൽ പൂജിച്ചിട്ട്
തം വേണും - ആ മുളയെ
ജർജ്ജരം പ്രതി
ഗൃഹ്ണീയാത് - കൊടിമരത്തിനായി സ്വീകരിക്കണം

തേനും നെയ്യും കടുകും ചേർത്ത് പുരട്ടി മാല ചാർത്തി സുഗന്ധ ദ്രവ്യംകൊണ്ടുള്ള പുകയേല്പിച്ച് വിധിപ്രകാരം പൂജിച്ചാണ് കൊടിമരത്തിനായുള്ള മുളയെ സ്വീകരിക്കേണ്ടത്.

യോ വിധിര്യഃ ക്രമശ്ചൈവ
മാഹേന്ദ്രേ തു ധ്വജേ സ്മൃതഃ
സ ജർജ്ജരസ്യ കർത്തവ്യഃ
പുഷ്യവേണുസമാശ്രയഃ. 164

യഃ വിധിഃ ക്രമഃ ച - യാതൊരു വിധിയും ക്രമവും ഒക്കെയാണോ
മാഹേന്ദ്രേ ധ്വജേ - മഹേന്ദ്രന്റെ കൊടിമരത്തിന്
സ്മൃതഃ - പറയപ്പെട്ടിരിക്കുന്നത്
പുഷ്യവേണുസമാശ്രയഃ - പുഷ്യവേണുവിനെ ആശ്രയിച്ചിട്ടുള്ള
ജർജ്ജരസ്യ - കൊടിമരത്തിന്
സ ഏവ കർത്തവ്യഃ - അതുതന്നെ ചെയ്യണം

മാഹേന്ദ്രധ്വജത്തിന് ഏതൊക്കെ വിധിയും ക്രമവുമൊക്കെയാണോ നിർദ്ദേശിച്ചിട്ടുള്ളത് അതെല്ലാം തന്നെ കൊടിമരത്തിനായി സ്വീകരിച്ചിട്ടുള്ള പുഷ്യവേണുവിലും ചെയ്യേണ്ടതാണ്.

ഭവേഭ്യോ ദീർഘപർവ്വാ തു
തനുപത്രസ്തഥൈവ ച
പർവ്വാഗ്രതണ്ഡുലശ്ചൈവ
പുഷ്യവേണുഃ സ കീർത്തിതഃ. 165

ഭവേഭ്യഃ തു ദീർഘപർവ്വാ - ഉണ്ടായതിൽനിന്നും നീണ്ട തണ്ടോടു കൂടിയതും
തഥൈവ - അതുപോലെ
തനുപത്രഃ - ചെറിയ ഇലകളോടു കൂടിയത്
പർവ്വാഗ്രതണ്ഡുലഃ ച ഏവ - തണ്ടിനു മുകളിൽ മുളനെല്ലോടു കൂടിയതും
പുഷ്യവേണുഃ സ കീർത്തിതഃ - പുഷ്യവേണു എന്ന് പറയപ്പെടുന്നു

ഏതൊരു മുളയ്ക്കാണോ നീണ്ട തണ്ടും ചെറിയ ഇലയും അതുപോലെ തണ്ടിനു മുകളിൽ മുളമുത്തും ഉള്ളത് ആ മുളയെയാണ് പുഷ്യവേണു എന്നു പറയുന്നത്.

വിധിരേഷ മയാ പ്രോക്താ
ജർജ്ജരസ്യ പ്രമാണതഃ
അതഃ ഊർദ്ധ്വം പ്രവക്ഷ്യാമി
ദണ്ഡകാഷ്ഠസ്യ ലക്ഷണം. 166

മയാ - എന്നാൽ (ഭരതനാൽ)
പ്രമാണതഃ - പ്രമാണമനുസരിച്ചുള്ള
ജർജ്ജരസ്യ ഏഷ വിധിഃ - കൊടിമരത്തിന്റെ ഈ വിധി

പ്രോക്താ - പറയപ്പെട്ടു
അതഃ ഊർദ്ധ്വം - ഇതിനുശേഷം
ദണ്ഡകാഷ്ഠസ്യ - ദണ്ഡകാഷ്ഠത്തിന്റെ (വടിയുടെ)
ലക്ഷണം പ്രവക്ഷ്യാമി - ലക്ഷണത്തെ പറയാം

ദണ്ഡകാഷ്ഠലക്ഷണം

കപിത്ഥബില്വവംശേഭ്യോ
ദണ്ഡകാഷ്ഠം ഭവേത് സദാ
വക്രം ചൈവ ഹി കർത്തവ്യം
ത്രിഭാഗേ ലക്ഷണാന്വിതം. 167

കപിത്ഥബില്വവംശേഭ്യഃ - വിളാർമരം, കൂവളം, മുള എന്നിവ കൊണ്ട്
സദാ - എപ്പോഴും
ദണ്ഡകാഷ്ഠം ഭവേത് - ദണ്ഡകാഷ്ഠം ഉണ്ടാക്കണം
ത്രിഭാഗേ വക്രം ച - മൂന്നു ഭാഗങ്ങളിൽ വളവും
കർത്തവ്യം - ഉണ്ടായിരിക്കണം
ലക്ഷണാന്വിതം ഏവ ഹി - ലക്ഷണമെല്ലാം ചേരുകയും വേണം

വിളാർമരം, കൂവളം, മുള എന്നിവ കൊണ്ടാണ് ദണ്ഡകാഷ്ഠം ഉണ്ടാക്കേണ്ടത്. ഇതിന് മൂന്നു ഭാഗങ്ങളിൽ വളവ് ഉണ്ടായിരിക്കണം. ലക്ഷണങ്ങളെല്ലാം ഒത്തുവരികയും വേണം.

കീടൈർന്നാപഹതം യച്ച
വ്യാധിനാ ന ച പീഡിതം
മന്ദശാഖം ഭവേദ്യച്ച
ദണ്ഡകാഷ്ഠം തു തത് ഭവേത്. 168

യത് കീടൈഃ ന അപഹതം - യാതൊന്നാണോ പുഴുക്കളാൽ കേടുവരുത്താത്തത്
വ്യാധിനാ ച ന പീഡിതം - രോഗത്താൽ ബാധിക്കപ്പെടാത്തത്
മന്ദശാഖം ച ഭവേത് - വണ്ണം കുറഞ്ഞ ശാഖയോടും കൂടിയിരിക്കുന്നത്
തത് തു - അതാകട്ടെ
ദണ്ഡകാഷ്ഠം ഭവേത് - ദണ്ഡകാഷ്ഠമാകുന്നത്

പുഴുക്കുത്തേല്ക്കാത്തതും രോഗമൊന്നും ബാധിക്കാത്തതും ആയ വണ്ണം കുറഞ്ഞ ശാഖ കൊണ്ടാണ് ദണ്ഡകാഷ്ഠം നിർമ്മിക്കേണ്ടത്.

യസ്ത്വേഭിർലക്ഷണൈർഹീനം
ദണ്ഡകാഷ്ഠം സജർജ്ജരം
കാരയേത് സ ത്വപചയം
മഹാന്തം പ്രാപ്നുയാത് ധ്രുവം. 169

യഃ തു - യാതൊരുവനാണോ
ഏഭിഃ ലക്ഷണൈഃ ഹീനം - ഈ ലക്ഷണങ്ങളൊന്നും ചേരാത്ത
ദണ്ഡകാഷ്ഠം സജർജ്ജരം - ദണ്ഡകാഷ്ഠമോ കൊടിമരമോ
കാരയേത് - ഉണ്ടാക്കുന്നത്

സഃ തു - അവനാകട്ടെ
ധ്രുവം - തീർച്ചയായും
മഹാന്തം അപചയം - വലിയ ദോഷം
പ്രാപ്നുയാത് - ഉണ്ടാകും

ആരാണോ ലക്ഷണമൊന്നും ചേരാത്ത വിധത്തിൽ ദണ്ഡകാഷ്ഠവും ജർജ്ജരവും മറ്റും ഉണ്ടാക്കുന്നത് അയാൾക്ക് തീർച്ചയായും പിന്നീട് വലിയ പോരായ്മകൾ വന്നുചേരും.

പ്രതിശീർഷങ്ങൾ

പ്രതിശീർഷവിധാനാർത്ഥം
ഘടീ കാര്യാ പ്രയത്നതഃ
സ്വപ്രമാണവിനിർദ്ദിഷ്ടാ
ദ്വാത്രിംശത്യംഗുലാനി വാ. 170

പ്രതിശീർഷവിധാനാർത്ഥം - പൊയ്ത്തല നിർമ്മിക്കുന്നതിനു വേണ്ടി
സ്വപ്രമാണവിനിർദ്ദിഷ്ടാ - സ്വന്തം തലയുടെ അളവനുസരിച്ച്
ദ്വാത്രിശത്യംഗുലാനി വാ - അല്ലെങ്കിൽ മുപ്പത്തിരണ്ട് വിരൽ ചുറ്റളവിൽ
പ്രയത്നതഃ ഘടീ കാര്യാ - വളരെ പ്രയത്നിച്ച് കുടുക്ക നിർമ്മിക്കേണ്ടതാണ്

(കുടുക്ക ചെറിയ കുടം)

നാട്യത്തിൽ പ്രയോജനപ്പെടുത്തേണ്ടതായ പൊയ്ത്തലകൾ (മുഖം മൂടികൾ) നിർമ്മിക്കുമ്പോൾ അതാത് ആളുകളുടെ തലയുടെ അളവിലോ അല്ലെങ്കിൽ മുപ്പത്തിരണ്ട് വിരൽ ചുറ്റളവിലോ വളരെ ശ്രദ്ധാപൂർവ്വം കുടുക്ക ഉണ്ടാക്കേണ്ടതാണ്.

ബില്വകല്കേന കർത്തവ്യാ
ഘടീ ചീരസമാശ്രയാ. 171

ബില്വകല്കേന - കൂവളക്കായുടെ ചോറുകൊണ്ട്
ചീരസമാശ്രയാ - തുണിക്കഷണത്തെ ആശ്രയിച്ചാണ്
ഘടീ കർത്തവ്യാ - കുടുക്ക ഉണ്ടാക്കേണ്ടത്

കൂവളക്കായുടെ ചോറ് തുണിയിൽ തേച്ചു പിടിപ്പിച്ചാണ് കുടുക്ക നിർമ്മിക്കേണ്ടത്.

സ്വിന്നേന ബില്വകല്ക്കേന
ദ്രവേണ ച സമന്വിതം
ഭസ്മനാ വാ തുഷൈർവാപി
കാരയേത് പ്രതിശീർഷകം
സംചരാദ്യ തു തതോ വസ്ത്രൈ
ബില്വദിഗ്ദ്ധൈർഘടാശ്രയൈഃ. 172

തതഃ	-	അതിനുശേഷം
സ്വിന്നേന ദ്രവേണ ച	-	പാകമാക്കിയെടുത്തതും നനച്ചെടുത്ത തുമായ
ബില്വകല്ക്കേന	-	കൂവളത്തിൻകായുടെ ചോറുകൊണ്ട്
ഭസ്മനാ തുഷൈഃ വാ	-	വെണ്ണീറോ ഉമിയോ
സമന്വിതം	-	ഒന്നിച്ചുചേർത്ത്
പ്രതിശീർഷകം കാരയേത്	-	പൊയ്ത്തല ഉണ്ടാക്കണം
ഘടാശ്രയൈഃ	-	കുടത്തിനെ ആശ്രയിക്കുന്ന
ബില്വദിഗ്ദ്ധൈഃ വസ്ത്രൈഃ	-	കൂവളപ്പശകൊണ്ടുള്ള വസ്ത്ര ങ്ങളാൽ
സംഛാദ്യ തു (കാരയേത്)	-	ഒട്ടിച്ചിട്ടാണ് ചെയ്യേണ്ടത്

കൂവളക്കായുടെ ചോറ് നല്ലപോലെ അരച്ച് അതിനോടൊപ്പം വെണ്ണീറോ ഉമിയോ കൂട്ടിക്കുഴച്ചാണ് പൊയ്ത്തല ഉണ്ടാക്കുന്നത്. കൂവളത്തിന്റെ പശ തുണിയിൽ തേച്ചുപിടിപ്പിച്ച് അത് കുടത്തിനു മുകളിൽ ഒട്ടിച്ചാണ് ഇത് നിർമ്മിക്കുന്നത്.

ബില്വകല്ക്കേന ചീരം തു
ദിഗ്ധ്വാ സംയോജയേത് ഘടീം
ന സ്ഥൂലാം നാനതാം തന്വീം
ദീർഘാം ചൈവ ന കാരയേത്. 173

ചീരം തു	-	തുണിയാകട്ടെ
ബില്വകല്ക്കേന ദിഗ്ധ്വാ	-	കൂവളപ്പശ തേച്ചുപിടിപ്പിച്ചിട്ട്
ഘടീം സംയോജയേത്	-	കുടുക്കയുമായി യോജിപ്പിക്കണം
ന സ്ഥൂലാം	-	കട്ടി കൂടരുത്
തന്വീം ന ആനതാം	-	കട്ടി കുറയുകയുമരുത്
ദീർഘാം ച ന ഏവ		
കാരയേത്	-	നീളം കൂടുകയും ചെയ്യരുത്

കൂവളത്തിന്റെ പശ തുണിയിൽ തേച്ചുപിടിപ്പിച്ച് അത് കുടുക്കയുമായി ഒട്ടിക്കണം. കട്ടി കൂടാതിരിക്കാൻ ശ്രദ്ധിക്കണം. അതുപോലെ തീരെ കട്ടി കുറഞ്ഞ് ചുളുങ്ങാനും ഇട വരരുത്. നീളം കൂടിപ്പോവാതെയും നോക്കണം.

സശുഷ്കായാം തതസ്തസ്യാ
മനിലാതപയോഗതഃ
ഛേദ്യം ബുധാഃ പ്രകുർവ്വന്തി
വിധിദൃഷ്ടേന കർമ്മണാ.

സുതീക്ഷ്ണേന തു ശസ്ത്രേണ
അർദ്ധാർദ്ധം പ്രവിഭജ്യ ച
സ്വപ്രമാണവിനിർദ്ദിഷ്ടം
ലലാടകൃതകോണകം. 174

തതഃ	-	അതിനുശേഷം

അനിലാതപയോഗതഃ	-	കാറ്റും വെയിലുംകൊണ്ട്
സശുഷ്കായാം തസ്യാം	-	നന്നായി ഉണങ്ങിയ അതിനെ
ബുധാഃ	-	അറിവുള്ളവർ
വിധിദൃഷ്ടേന കർമ്മണാ	-	വിധിപ്രകാരമുള്ള രീതിയിൽ
ഛേദ്യം പ്രകുർവ്വന്തി	-	ദ്വാരങ്ങൾ ഉണ്ടാക്കുന്നു
സുതീക്ഷ്ണേന ശസ്ത്രേണ തു	-	നല്ല മൂർച്ചയുള്ള ആയുധം കൊണ്ട്
അർദ്ധാർദ്ധം പ്രവിഭജ്യ	-	രണ്ടു ഭാഗമായി വിഭജിച്ച്
സ്വപ്രമാണവിനിർദ്ദിഷ്ടം	-	അതാതിന് നിർദ്ദേശിച്ചിട്ടുള്ള അളവിൽ
ലലാടകൃതകോണകം ച	-	നെറ്റിക്കു നാടയും കെട്ടണം

ഉണ്ടാക്കിവെച്ചതായ കുടുക്ക കാറ്റും വെയിലും എല്ലാമേറ്റ് നല്ല പോലെ ഉണക്കണം. അതിനുശേഷം അതിൽ വേണ്ടരീതിയിൽ തുളകൾ ഉണ്ടാക്കണം. മൂർച്ചയുള്ള ആയുധമുപയോഗിച്ച് രണ്ടുഭാഗമായി വേർതിരിച്ചതിനുശേഷം അതാതിന്റെ അളവ് കൃത്യമായി അറിഞ്ഞ് തുളകളിടണം. നെറ്റിക്ക് നാടയും കെട്ടണം.

അർദ്ധാംഗുലം ലലാടം തു
കാര്യം ഛേദ്യം ഷഡംഗുലം
അർദ്ധാർദ്ധമംഗുലം ഛേദ്യം
കടയോർദ്വ്യംഗുലം ഭവേത്. 175

ലലാടം തു	-	നെറ്റിയാകട്ടെ
ഷഡംഗുലം കാര്യം	-	ആറ് അംഗുലം വേണം
ഛേദ്യം അർദ്ധാംഗുലം	-	തുളകൾ അരയംഗുലം
കടയോഃ	-	കവിളുകൾക്ക്
ദ്വ്യംഗുലം ഭവേത്	-	രണ്ട് അംഗുലം വേണം
അർദ്ധാർദ്ധമംഗുലം ഛേദ്യം	-	കാൽ അംഗുലം ഉള്ള തുളകൾ

നെറ്റിക്ക് ആറ് അംഗുലം നീളമുണ്ടായിരിക്കണം. രണ്ടറ്റത്തും അരയംഗുലം വലുപ്പത്തിലുള്ള തുളകൾ ഇടണം. കവിളുകൾക്ക് ഈ രണ്ടംഗുലം നീളമാണ് വേണ്ടത്. അവയിൽ കാൽ അംഗുലം വലുപ്പമുള്ള തുളയാണ് ഇടേണ്ടത്.

കടാന്തേ കർണ്ണനാളസ്യ
ഛേദ്യം ദ്വ്യധികമംഗുലം
ത്ര്യംഗുലം കർണ്ണവിവരം
തഥാസ്യഛേദ്യമേവ ച. 176

കടാന്തേ	-	കവിളിന്നടുത്ത്
കർണ്ണനാളസ്യ	-	കാതിന്റെ തട്ടിന്
ദ്വ്യധികം അംഗുലം	-	രണ്ടരയംഗുലം
കർണ്ണവിവരം	-	കാതുകൾ
തഥാ ആസ്യഛേദ്യം	-	അതുപോലെ വായയ്ക്കുള്ള തുള
ത്ര്യംഗുലം ഏവ ഹി	-	മൂന്ന് അംഗുലം വീതം

കവിളിന്നടുത്തായി കാതിന്റെ തട്ടിന് രണ്ടരയംഗുലം, കാതുകൾക്കും വായയ്ക്കുമുള്ള തുളകൾക്ക് മൂന്ന് അംഗുലം വീതവുമാണ് വേണ്ടത്.

തതശ്ചൈവാവടുഃ കാര്യാ
സുസമാ ദ്വാദശാംഗുലാ
ഘട്യാം ഹ്യേതത് സദാ ഛേദ്യേ
വിധാനം വിഹിതം മയാ. 177

തതഃ ച ഏവ - അതിനുശേഷം
ദ്വാദശാംഗുലാ - പന്ത്രണ്ട് അംഗുലമായി
സുസമാ ആവടുഃ കാര്യാ - പിൻകഴുത്തിന്റെ അളവ് ചെയ്യണം
മയാ - എന്നാൽ
ഘട്യാം - കുടുക്കയിൽ
ഛേദ്യേ - തുളകൾ ഉണ്ടാക്കുന്നതിലുള്ള
വിധാനം വിഹിതം - നിയമം പറയപ്പെട്ടു.

അതിനുശേഷം പിൻകഴുത്തിന്റെ അളവ് പന്ത്രണ്ട് അംഗുലമായി ചെയ്യണം. ഇങ്ങനെ കുടുക്കയിൽ തുളകളിടേണ്ട വിധം എന്തെന്ന് പറഞ്ഞുകഴിഞ്ഞു.

തസ്യോപരി തതഃ കാര്യാ
മുകുടാ ബഹുശില്പജാഃ
നാനാരത്നപ്രതിച്ഛന്നാ
ബഹുരൂപോപശോഭിതാഃ. 178

തതഃ - പിന്നീട്
തസ്യ ഉപരി - അതിനു മുകളിൽ
ബഹുശില്പജാഃ - പലതരം ശില്പവേലകൾ ഉള്ളത്
ബഹുരൂപോപശോഭിതാഃ - പല രൂപങ്ങളോടുകൂടി സുന്ദരങ്ങളായവ
മുകുടാഃ കാര്യാഃ - കിരീടങ്ങൾ ഉണ്ടാക്കണം

അതിനുശേഷം ആ കുടുക്കയുടെ മുകളിൽ പല തരത്തിലുള്ള ശില്പവേലകളോടുകൂടിയതും പലവിധത്തിലുള്ള രത്നങ്ങൾ പതിച്ച് സുന്ദരമാക്കിയിട്ടുള്ളതും പല രൂപങ്ങളോടുകൂടിയതുമായ കിരീടങ്ങൾ നിർമ്മിക്കണം.

നാട്യോപകരണങ്ങൾ

തഥോപകരണാനീഹ
നാട്യയോഗകൃതാനി വൈ
ബഹുപ്രകാരയുക്താനി
കുർവ്വീത പ്രകൃതീം പ്രതി. 179

തഥാ - അപ്രകാരം
നാട്യയോഗകൃതാനി - നാട്യപ്രയോഗത്തിന് വേണ്ടതായ
ബഹുപ്രകാരയുക്താനി - പല തരത്തിലുള്ള
ഉപകരണാനി - ഉപകരണങ്ങൾ
ഇഹ - ഇവിടെ

പ്രകൃതീം പ്രതി	-	പ്രകൃതികൾക്കനുസരിച്ച്
കുർവ്വീത	-	ചെയ്യണം

അങ്ങനെ നാട്യത്തിനു വേണ്ടി പ്രയോഗിക്കേണ്ടിവരുന്ന പലതരത്തിലുള്ള ഉപകരണങ്ങൾ ഓരോരോ പ്രകൃതിക്കും അനുസരിച്ച തരത്തിൽ ഉണ്ടാക്കിയെടുക്കേണ്ടതാണ്.

യത് കിഞ്ചിദസ്മിൻ ലോകേ തു
ചരാചരസമന്വിതേ
വിഹിതം കർമ്മ ശില്പം വാ
തത്തൂപകരണം സ്മൃതം. 180

ചരാചരസമന്വിതേ	-	സ്ഥാവരങ്ങളും ജംഗമങ്ങളും ചേർന്ന
അസ്മിൻ ലോകേ തു	-	ഈ ലോകത്തിലാകട്ടെ
യത് കിഞ്ചിത്	-	യാതൊരു
കർമ്മ ശില്പം വാ	-	പണികളും ശില്പങ്ങളും ഉണ്ടോ
തത് തു	-	അതിനെ
ഉപകരണം സ്മൃതം	-	ഉപകരണം എന്നു പറയുന്നു

സ്ഥാവരങ്ങളും ജംഗമങ്ങളും ഒന്നിച്ചുനില്ക്കുന്ന ഈ ലോകത്ത് എന്തെന്തൊക്കെ പണിത്തരങ്ങളും ശില്പസാമഗ്രികളുമുണ്ടോ അവയെല്ലാം നാട്യത്തിൽ ഉപകരണങ്ങളായി വരാം.

യദ്യസ്യ വിഷയം പ്രാപ്തം
തത്തദേവാഭിഗച്ഛതി
നാസ്ത്യന്തഃ പുരുഷാണാം ഹി
നാട്യോപകരണാശ്രയേ. 181

യത് യസ്യ വിഷയം പ്രാപ്തം	-	യാതൊന്നാണോ യാതൊന്നിന് വിഷയമായിത്തീരുന്നത്
തത്തത് ഏവ അഭിഗച്ഛതി	-	അതുതന്നെ അവിടെ ഉണ്ടാകണം
പുരുഷാണാം	-	മനുഷ്യർക്ക്
നാട്യോപകരണാശ്രയേ	-	നാട്യത്തിനായി ആശ്രയിക്കേണ്ട ഉപകരണങ്ങൾക്ക്
അന്തഃ നാസ്തി ഹി	-	അവസാനമില്ല

ഒരു വിഷയത്തിന് ആവശ്യമായി വരുന്ന ഉപകരണം ഏതാണോ അത് അവിടെ ഉണ്ടാകണം. മനുഷ്യർക്ക് നാട്യത്തിൽ പ്രയോജനപ്പെടുത്തേണ്ടി വരുന്ന ഉപകരണങ്ങളെക്കുറിച്ച് പറയാൻ തുടങ്ങിയാൽ അതിന് അവസാനമുണ്ടാകുകയില്ല.

യദ്യേനോത്പാദിതം കർമ്മ
ശില്പയോഗക്രിയാപി വാ
തസ്യ തേന കൃതാ സൃഷ്ടിഃ
പ്രമാണം ലക്ഷണം തഥാ. 182

യേന	-	യാതൊരുവനാൽ
യത് കർമ്മ	-	ഒരു പണിത്തരമോ
ശില്പയോഗക്രിയാ അപി വാ	-	ശില്പസാമഗ്രിയോ
ഉല്പാദിതം	-	ഉണ്ടാക്കുന്നത്

തേന	-	അവനാൽ
തസ്യ സൃഷ്ടിഃ	-	അതിന്റെ രൂപം
പ്രമാണം തഥാ ലക്ഷണം	-	അളവും ലക്ഷണവും
കൃതാ	-	ചെയ്യപ്പെടുന്നു

ആരാണോ നാട്യത്തിനുവേണ്ടി പുതിയൊരു ഉപകരണം ഉണ്ടാക്കുന്നത് അതിന്റെ രൂപവും അളവും ലക്ഷണവുമെല്ലാം അയാൾ തന്നെ കല്പിക്കുന്നു.

യാ ദാരുയന്ത്രഭൂയിഷ്ഠാ
കൃതാ സൃഷ്ടിർമഹത്തരാ
ന സാസ്മാകം നാട്യയോഗേ
കസ്മാത്? ഖേദാവഹാ ഹി സാ. 183

ദാരുയന്ത്രഭൂയിഷ്ഠാ	-	മരങ്ങളും യന്ത്രങ്ങളും അധികമായി വരുന്ന
മഹത്തരാ യാ സൃഷ്ടിഃ കൃതാ	-	വലിയതായ ഉപകരണം ചെയ്യുന്നത്
സാ	-	അത്
അസ്മാകം നാട്യയോഗേ	-	നമ്മുടെ നാട്യപ്രയോഗത്തിൽ
ന	-	പറ്റില്ല
കസ്മാത്	-	എന്തുകൊണ്ട്
സാ ഖേദാവഹാ ഹി	-	അത് ദുഃഖത്തിന് കാരണമാകും

മരങ്ങളും യന്ത്രങ്ങളുമെല്ലാം ഉപയോഗിച്ച് വലിയ വലിയ ഉപകരണങ്ങൾ ഉണ്ടാക്കുന്നത് നാട്യത്തിൽ ഉപയോഗിക്കാൻ പ്രയാസമാണ്. എന്തുകൊണ്ടെന്നാൽ അത് പല തരത്തിലുള്ള ബുദ്ധിമുട്ടുകളും ഉണ്ടാക്കും എന്നതുതന്നെ.

യത് ദ്രവ്യം ജീവലോകേ തു
നാനാലക്ഷണലക്ഷിതം
തസ്യാനുകൃതിസംസ്ഥാനം
നാട്യോപകരണം ഭവേത്. 184

ജീവലോകേ തു	-	ജീവിക്കുന്ന ഈ ലോകത്ത്
നാനാലക്ഷണലക്ഷിതം	-	ലക്ഷണമെല്ലാം ഒത്തുചേർന്ന
യത് ദ്രവ്യം	-	ഏതൊരു വസ്തുവുണ്ടോ
തസ്യ	-	അതിന്റെ
അനുകൃതിസംസ്ഥാനം	-	ആകൃതിമാത്രം ചേർത്തുവെക്കൽ
നാട്യോപകരണം ഭവേത്	-	നാട്യോപകരണമായിത്തീരും

ലോകത്ത് ലക്ഷണമൊത്ത എന്തെന്തൊക്കെ വസ്തുക്കളുണ്ടോ അവയെ നാട്യത്തിൽ പ്രയോജനപ്പെടുത്തുമ്പോൾ അവയുടെ ആകൃതി മാത്രം വന്നാൽ അത് നാട്യോപകരണമാകും.

പ്രാസാദഗൃഹയാനാനി
നാനാപ്രഹരണാനി ച
ന ശക്യം താനി വൈ കർത്തും
യഥോക്താനീഹ ലക്ഷണൈഃ. 185

പ്രാസാദഗൃഹയാനാനി	-	കൊട്ടാരങ്ങൾ, വീടുകൾ, വാഹനങ്ങൾ എന്നിവ
നാനാപ്രഹരണാനി ച	-	പല തരത്തിലുള്ള ആയുധങ്ങൾ
യഥോക്താനി താനി	-	ഈ പറഞ്ഞവ
ലക്ഷണൈഃ കർത്തും	-	ലക്ഷണങ്ങളിൽ പറഞ്ഞ തരത്തിൽ ചെയ്യുവാൻ
ഇഹ	-	ഇവിടെ
ന ശക്യം വൈ	-	സാധിക്കുകയില്ല തന്നെ

നാട്യത്തിൽ കാണിക്കേണ്ടി വരുന്ന കൊട്ടാരങ്ങൾ, വീടുകൾ, വാഹനങ്ങൾ, പല തരത്തിലുള്ള ആയുധങ്ങൾ എന്നിവയെല്ലാം ലക്ഷണമൊത്ത വിധത്തിൽ ഉണ്ടാക്കി ഉപയോഗിക്കുക എന്നത് സാദ്ധ്യമല്ലാത്ത കാര്യമാണ്.

ലോകധർമ്മീ ഭവേത്ത്വന്യാ
നാട്യധർമ്മീ തഥാപരാ
സ്വഭാവോ ലോകധർമ്മീ തു
വിഭാവോ നാട്യമേവ ഹി. 186

ലോകധർമ്മീ അന്യാ ഭവേത്	-	ലോകധർമ്മി എന്നത് മറ്റൊന്നാണ്
തഥാ	-	അതുപോലെ
നാട്യധർമ്മീ അപരാ	-	നാട്യധർമ്മി വേറൊന്നാണ്
ലോകധർമ്മീ തു സ്വഭാവഃ	-	ലോകധർമ്മിയാകട്ടെ സ്വാഭാവികമായതാണ്
നാട്യം വിഭാവഃ ഏവ ഹി	-	നാട്യമാകട്ടെ സ്വഭാവഭേദം വരുത്തിയിട്ടുള്ളതാണ്

ലോകധർമ്മിയും നാട്യധർമ്മിയും വേറെ വേറെയാണ്. ലോകധർമ്മി എന്നത് ലോകത്തിലുള്ള വസ്തുക്കളുടെ തനതുരീതിയിലുള്ള പ്രകടനമാണ്. നാട്യധർമ്മിയാകട്ടെ സ്വഭാവഭേദം വരുത്തി കൃത്രിമമായി ആവിഷ്കരിക്കുന്നതാണ്.

ആയസം തു ന കർത്തവ്യം
ന ച സാരമയം തഥാ
നാട്യോപകരണം തജ്ഞൈർ
ഗുരു ഖേദകരം ഭവേത്. 187

ആയസം തു ന	-	ഇരുമ്പുകൊണ്ടാവരുത്
തഥാ സാരമയം ച	-	അതുപോലെ കാതൽകൊണ്ടും
തജ്ഞൈഃ	-	അതിനെക്കുറിച്ച് അറിയുന്നവരാൽ
നാട്യോപകരണം	-	നാട്യത്തിനുവേണ്ട ഉപകരണത്തെ
ന കർത്തവ്യം	-	ഉണ്ടാക്കരുത്
ഗുരു	-	കനം കൂടിയത്
ഖേദകരം ഭവേത്	-	കഷ്ടപ്പാട് ആകും

ഇരുമ്പുകൊണ്ടോ അതുപോലെ നല്ല മരത്തിന്റെ കാതൽ കൊണ്ടോ നാട്യത്തിനുവേണ്ട ഉപകരണങ്ങൾ ഉണ്ടാക്കരുത്. കനം കൂടിയതിന്റെ ഉപയോഗം എപ്പോഴും കഷ്ടത ഉണ്ടാക്കും.

കാഷ്ഠചർമ്മസു വസ്ത്രേഷു
ജതുവേണുദളേഷു ച
നാട്യോപകരണാനീഹ
ലഘുകർമ്മാണി കാരയേത്. 188

കാഷ്ഠചർമ്മസു - മരം, തോൽ എന്നിവകൊണ്ട്
വസ്ത്രേഷു - വസ്ത്രങ്ങളിൽ
ജതുവേണുദളേഷു ച - അരക്ക്, പൊളിച്ചെടുത്ത മുള എന്നിവയിലും
ഇഹ - ഇവിടെ
ലഘുകർമ്മാണി - ഭാരമില്ലാതെ ചെയ്യുന്ന
നാട്യോപകരണാനി - നാട്യോപകരണങ്ങൾ
കാരയേത് - ഉണ്ടാക്കണം

മരം, തോൽ, വസ്ത്രം, അരക്ക്, മുള പൊളിച്ചെടുത്തത് എന്നിവ ഉപയോഗിച്ച് ഭാരമില്ലാത്ത തരത്തിൽ നാട്യോപകരണങ്ങൾ ഉണ്ടാക്കണം. എടുത്തു പെരുമാറുന്നതിന് എളുപ്പമായ തരത്തിലായിരിക്കണം നാട്യോപകരണങ്ങളുടെ നിർമ്മാണം എന്നു സാരം.

ചർമ്മവർമ്മധ്വജാഃ ശൈലാഃ
പ്രാസാദാ ദേവതാഗൃഹാഃ
ഹയവാരണയാനാനി
വിമാനാനി ഗൃഹാണി ച.

പൂർവ്വം വേണുദളൈഃ കൃത്വാ
കൃതീർഭാവസമാശ്രയാഃ
തതഃ സുരംഗൈരാച്ഛാദ്യ
വസ്ത്രൈഃ സാരൂപ്യമാനയേത്. 189

ചർമ്മവർമ്മധ്വജാഃ - പരിച, മാർച്ചട്ട, കൊടി
ശൈലാഃ - പർവ്വതങ്ങൾ
പ്രാസാദാഃ - കൊട്ടാരങ്ങൾ
ദേവതാഗൃഹാഃ - അമ്പലങ്ങൾ
ഹയവാരണയാനാനി - കുതിര, ആന, വാഹനങ്ങൾ
വിമാനാനി - വിമാനങ്ങൾ
ഗൃഹാണി ച - വീടുകളും
പൂർവ്വം - ആദ്യം തന്നെ
വേണുദളൈഃ - മുളമ്പൊളിരുകൊണ്ട്
ഭാവസമാശ്രയാഃ ആകൃതീഃ കൃത്വാ - വേണ്ടവിധത്തിലുള്ള ആകൃതി ഉണ്ടാക്കിയിട്ട്
തതഃ - അതിനുശേഷം
സുരംഗൈഃ വസ്ത്രൈഃ - നിറങ്ങളോടുകൂടിയ വസ്ത്രങ്ങളാൽ
ആച്ഛാദ്യ - പൊതിഞ്ഞിട്ട്
സാരൂപ്യം ആനയേത് - സാദൃശ്യത്തെ കൊണ്ടുവരണം

പരിച, പോർച്ചട്ട, കൊടി, പർവ്വതം, കൊട്ടാരം, അമ്പലം, കുതിര, ആന, രഥം തുടങ്ങിയ വാഹനങ്ങൾ, വിമാനം, വീട് തുടങ്ങി നാട്യത്തിൽ ഉപയോഗിക്കേണ്ടി വരുന്ന ഉപകരണങ്ങളെല്ലാം ആദ്യം മുളമ്പൊളി രുകൊണ്ട് വേണ്ട ആകൃതിയിൽ ഉണ്ടാക്കിയെടുക്കണം. പിന്നീട് അതാ തിന് ചേരുന്ന നിറമുള്ള വസ്ത്രംകൊണ്ട് പൊതിഞ്ഞുകെട്ടി സാദൃശ്യവും വരുത്തണം.

അഥവാ യദി വസ്ത്രാണാ
മസാന്നിദ്ധ്യം ഭവേദിഹ
താളീയൈർവാ കിളിഞ്ജൈർവ
ശ്ലക്ഷ്ണൈർവസ്ത്രക്രിയാ ഭവേത്. 190

അഥവാ	- അല്ലെങ്കിൽ
ഇഹ	- ഇവിടെ
വസ്ത്രാണാം	- വസ്ത്രങ്ങളുടെ
യദി അസാന്നിദ്ധ്യം	- കിട്ടാത്ത അവസ്ഥ ഉണ്ടെങ്കിൽ
താളീയൈഃ വാ	- പനയോല കൊണ്ടോ
ശ്ലക്ഷ്ണൈഃ കിളിഞ്ജൈഃ വാ	- നനുത്ത പായ കൊണ്ടോ
വസ്ത്രക്രിയാ ഭവേത്	- വസ്ത്രത്തിന്റെ ഉപയോഗം ചെയ്യണം

തുണി കിട്ടാൻ പ്രയാസമുണ്ടാകുന്ന പക്ഷം പനയോലയോ അല്ലെ ങ്കിൽ നനുത്ത പായയോ വസ്ത്രത്തിനു പകരമായി പ്രയോജന പ്പെടുത്താം.

തഥാ പ്രഹരണാനി സ്യു
സ്തൃണവേണുദളാദിഭിഃ
ജതുഭാണ്ഡക്രിയാദിഭിശ്ച
നാനാരൂപാണി നാടകേ. 191

തഥാ	- അപ്രകാരം
നാടകേ	- നാടകത്തിൽ
തൃണവേണുദളാദിഭിഃ	- പുല്ല്, മുളച്ചീള് മുതലായവ കൊണ്ട്
പ്രഹരണാനി സ്യുഃ	- ആയുധങ്ങൾ ഉണ്ടാക്കണം
ജതുഭാണ്ഡക്രിയാഭിഃ	- അരക്ക്, ചുരയ്ക്കാത്തൊണ്ട് തുടങ്ങി യവയാൽ
നാനാരൂപാണി ച	- പലതരത്തിലുള്ള രൂപങ്ങളും

അതുപോലെ പുല്ല്, മുള പൊളിച്ചെടുത്തത് എന്നിവ ഉപയോഗിച്ച് ആയുധങ്ങൾ ഉണ്ടാക്കണം. അരക്ക്, ചുരയ്ക്കയുടെ തൊണ്ട് എന്നി വയാൽ അവയ്ക്ക് പല രൂപങ്ങളും കൈവരുത്തണം.

പ്രതിപാദം പ്രതിശിരഃ
പ്രതിഹസ്തം പ്രതിത്വചം
തൃണൈഃ കിളിഞ്ജൈർഭാണ്ഡൈർവാ
സരൂപാണീഹ കാരയേത്. 192

ഇഹ	-	ഇവിടെ
പ്രതിപാദം	-	പൊയ്ക്കാല്
പ്രതിശിരഃ	-	പൊയ്മുഖം
പ്രതിഹസ്തം	-	പൊയ്കൈ
പ്രതിത്വചം	-	പൊയ്ത്തൊലി
തൃണൈഃ	-	പുല്ലുകളെക്കൊണ്ട്
കിളിഞ്ജൈഃ	-	പായകൊണ്ട്
ഭാണ്ഡൈഃ വാ	-	ചിരട്ട തുടങ്ങിയവകൊണ്ടോ
സരൂപാണി കാരയേത്	-	സദൃശമായവയെ ഉണ്ടാക്കണം

നാട്യത്തിനുവേണ്ട പൊയ്ക്കാല്, പൊയ്ത്തല, പൊയ്കൈ, പൊയ്ത്തൊലി എന്നിവയുണ്ടാക്കാൻ പുല്ലുകളും മുളമ്പൊളിരും പായ തുടങ്ങിയവയും പിന്നെ ചിരട്ട എന്നിങ്ങനെയുള്ളവയും ഉപയോഗിച്ച് സദൃശമായിട്ടുള്ളതിനെ നിർമ്മിച്ചെടുക്കണം.

യദ്യസ്യ സദൃശം രൂപം
സാരൂപ്യഗുണസംഭവം
മൃണ്മയം തത്ര കൃത്സ്നം തു
നാനാരൂപം തു കാരയേത്. 193

യത് യസ്യ	-	യാതൊന്നാണോ യാതൊന്നിന്റെ
സാരൂപ്യഗുണസംഭവം	-	രൂപസാദൃശ്യവും ഗുണവും ഉണ്ടാക്കുന്നത്
തത്ര	-	അവിടെ
സദൃശം രൂപം	-	സാമ്യമുള്ള രൂപത്തെ
കൃത്സ്നം	-	തീർച്ചയായും
മൃണ്മയം നാനാരൂപം തു	-	മണ്ണുകൊണ്ടുള്ള വിവിധരൂപങ്ങളെ
കാരയേത്	-	ചെയ്യണം

ഏത് വസ്തുവിന് ഏത് ആകൃതി വേണമെന്നാണോ കരുതുന്നത് അത്തരത്തിൽ സദൃശമായ വസ്തുവിനെ ആദ്യം മണ്ണിൽ ഉണ്ടാക്കണം.

ഭാണ്ഡവസ്ത്രമധൂച്ഛിഷ്ടൈർ
ലാക്ഷയാഭ്രദളേന ച
നഗാസ്തേ വിവിധം കാര്യാ
ശ്ചർമ്മവർമ്മധ്വജാംസ്തഥാ. 194

ഭാണ്ഡവസ്ത്രമധൂച്ഛിഷ്ടൈഃ	-	തൊണ്ട്, വസ്ത്രം, മെഴുക് എന്നിവയാൽ
ലാക്ഷയാ	-	അരക്കുകൊണ്ട്
അഭ്രദളേന ച	-	അഭ്രപ്പൊളികൊണ്ടും
വിവിധാഃ തേ നഗാഃ	-	പല തരത്തിലുള്ള പർവ്വതങ്ങൾ
തഥാ	-	അതുപോലെ
ചർമ്മവർമ്മധ്വജാഃ	-	പരിചകൾ, മാർച്ചട്ടകൾ, കൊടികൾ എന്നിവ
കാര്യാഃ	-	ചെയ്യേണ്ടതാണ്

തൊണ്ട്, മെഴുക്, അരക്ക്, അഭ്രപ്പൊളി (മൈക്ക) എന്നിവകൊണ്ട് പലതരത്തിലുള്ള പർവ്വതരൂപങ്ങളും അതുപോലെ പരിചകൾ, മാർച്ചട്ടകൾ, കൊടികൾ എന്നിവയും ഉണ്ടാക്കാവുന്നതാണ്.

നാനാകുസുമജാതീശ്ച
ഫലാനി വിവിധാനി ച
ഭാണ്ഡവസ്ത്രമധൂച്ഛിഷ്ടൈർ
ലാക്ഷയാ വാപി കാരയേത്. 195

നാനാകുസുമജാതീഃ	-	പലതരത്തിലുള്ള പൂക്കൾ
വിവിധാനി ഫലാനി ച	-	പലതരത്തിലുള്ള കായ്കൾ എന്നിവ
ഭാണ്ഡവസ്ത്രമധൂച്ഛിഷ്ടൈഃ	-	തൊണ്ട്, വസ്ത്രം, മെഴുക് എന്നിവയാൽ
ലാക്ഷയാ വാ അപി	-	അരക്കുകൊണ്ടും
കാരയേത്	-	ഉണ്ടാക്കണം

പലതരത്തിലുള്ള പൂക്കളും കായ്കളും മറ്റും ഉണ്ടാക്കാൻ തൊണ്ട്, വസ്ത്രം, മെഴുക്, അരക്ക് തുടങ്ങിയവ ഉപയോഗിക്കേണ്ടതാണ്.

ഭാണ്ഡവസ്ത്രമധൂച്ഛിഷ്ടൈ
സ്താമ്രപത്രൈസ്തഥൈവ ച
സമ്യക് ച നീലീരാഗേണ
സസ്യശാകേന ചൈവ ഹി.

രഞ്ജിതേനാഭ്രപത്രേണ
ഭൂഷാശ്ചൈവാത്ര കാരയേത്
ഉപാശ്രയമഥാപ്യേഷാം
ശുല്ബവംഗേന കാരയേത്. 196

ഭാണ്ഡവസ്ത്രമധൂച്ഛിഷ്ടൈഃ	-	തൊണ്ട്, വസ്ത്രം, മെഴുക് എന്നിവയാൽ
തഥൈവ	-	അപ്രകാരം തന്നെ
താമ്രപത്രൈഃ ച	-	ചെമ്പിൻപാളികൊണ്ടും
നീലീരാഗേണ	-	നീലച്ചായം കൊണ്ട്
സസ്യശാകേന ച ഏവ ഹി	-	ചെടികളുടെ ഇലകൊണ്ടും
രഞ്ജിതേന അഭ്രപത്രേണ ച	-	നിറം പിടിപ്പിച്ച അഭ്രപ്പൊളി കൊണ്ടും
ഭൂഷാഃ കാരയേത്	-	അലങ്കാരങ്ങൾ ഉണ്ടാക്കാം
അഥ അപി	-	പിന്നെ
ഏഷാം ഉപാശ്രയഃ	-	ഇവയുടെ ഉറപ്പിനുള്ള ആശ്രയം
ശുല്ബവംഗേന	-	ചെമ്പും ഈയവും
കാരയേത്	-	ചെയ്യാവുന്നതാണ്

തൊണ്ട്, തുണി, മെഴുക്, ചെമ്പിൻ കഷണം, നീലച്ചായം, ചെടികളുടെ ഇല, നിറം പിടിപ്പിച്ച അഭ്രപ്പൊളി എന്നിവകൊണ്ടെല്ലാം അലങ്കാരങ്ങൾ ഉണ്ടാക്കാവുന്നതാണ്. ഉറപ്പിനുവേണ്ടി അവയുടെ അടിയിൽ ചെമ്പോ ഈയമോ ഉപയോഗപ്പെടുത്താവുന്നതാണ്.

വിവിധാ മുകുടാ ദിവ്യാഃ
പൂർവ്വം യേ ഗദിതാ മയാ
തേ/ഭ്രപത്രോജ്ജ്വലാഃ കാര്യാ
മണിപ്രദ്യോതശോഭിതാഃ. 197

പൂർവ്വം	-	മുമ്പ്
മയാ	-	എന്നാൽ
വിവിധാഃ ദിവ്യാഃ മുകുടാഃ	-	പലതരത്തിലുള്ള ദിവ്യമായ കിരീടങ്ങൾ
ഗദിതാഃ	-	പറയപ്പെട്ടു
തേ	-	അവ
അഭ്രപത്രോജ്ജ്വലാഃ	-	അഭ്രപ്പൊളികൊണ്ട് തിളക്കമുള്ളവ
മണിപ്രദ്യോതശോഭിതാഃ	-	രത്നത്തിനു സമാനമായ പ്രഭയോടു കൂടിയത്
കാര്യാഃ	-	ചെയ്യണം

ഈ അദ്ധ്യായത്തിന്റെ ആദ്യഭാഗങ്ങളിൽ പലതരത്തിലുള്ള ദിവ്യമായ കിരീടങ്ങളെക്കുറിച്ച് പറയുകയുണ്ടായല്ലോ. അവ അഭ്രപ്പൊളികൊണ്ട് തിളക്കമുള്ളതാക്കി രത്നശോഭ പോലെ ആക്കിത്തീർക്കാവുന്നതാണ്.

ന ശാസ്ത്രപ്രഭവം കർമ്മ
തേഷാം ഹി സമുദാഹൃതം
ആചാര്യബുദ്ധ്യാ കർത്തവ്യ
മൂഹാപോഹപ്രയോജിതം. 198

തേഷാം	-	അവയ്ക്ക്
ശാസ്ത്രപ്രഭവം കർമ്മ	-	ശാസ്ത്രവിധിയനുസരിച്ചുള്ള പ്രവൃത്തി
ന സമുദാഹൃതം	-	ഉദാഹരിച്ചിട്ടില്ല
ആചാര്യബുദ്ധ്യാ	-	ആചാര്യന്റെ ബുദ്ധിക്കനുസരിച്ച്
ഊഹാപോഹപ്രയോജിതം	-	ഊഹാപോഹത്തെ പ്രയോജനപ്പെടുത്തി
കർത്തവ്യം	-	ചെയ്യേണ്ടതാണ്

ശാസ്ത്രവിധിയനുസരിച്ചൊന്നും മുകുടങ്ങളുണ്ടാക്കി നാട്യത്തിൽ ഉപയോഗിക്കാനാവില്ല. ആചാര്യന്മാർ അവരുടെ ബുദ്ധിയും ഭാവനയും ഉപയോഗിച്ച് വേണ്ടതുപോലെ പ്രവർത്തിക്കുക എന്നതാണ് യുക്തമായിട്ടുള്ളത്.

ഏഷ മർത്ത്യക്രിയായോഗോ
ഭവിഷ്യൻ കല്പിതോ മയാ
കസ്മാദല്പബലത്വം ഹി
മനുഷ്യേഷു ഭവിഷ്യതി. 199

ഏഷ മർത്ത്യക്രിയായോഗഃ	-	മനുഷ്യർക്കുവേണ്ടിയുള്ളതായ ഈ പദ്ധതി
മയാ	-	എന്നാൽ
ഭവിഷ്യൻ കല്പിതഃ	-	ഭാവികാലത്തിലേക്കായി കല്പിച്ചിട്ടുള്ളതാണ്
കസ്മാത് ഹി	-	എന്തുകൊണ്ടെന്നാൽ
മനുഷ്യേഷു	-	മനുഷ്യരിൽ
അല്പബലത്വം	-	ബലക്കുറവ്
ഭവിഷ്യതി ഹി	-	ഉണ്ടാകും എന്നതുതന്നെ

മനുഷ്യർക്കുവേണ്ടി ആവിഷ്കരിച്ചിട്ടുള്ള ഈ കർമ്മപദ്ധതി ഞാൻ ഭാവികാലത്തെ മുൻകൂട്ടി കണ്ടുകൊണ്ട് തയ്യാറാക്കിയിട്ടുള്ളതാണ്. എന്തുകൊണ്ടെന്നാൽ ഇനി വരാൻ പോകുന്ന കാലത്ത് മനുഷ്യർക്ക് ബലം കുറയും എന്നതു തന്നെ.

മർത്ത്യാനാമപി നോ ശക്യാ
വിഭവാ സർവ്വകാഞ്ചനാഃ
നേഷ്ടാഃ സുവർണ്ണരത്നൈസ്തു
മുകുടാ ഭൂഷണാനി വാ. 200

മർത്ത്യാനാം അപി	-	മനുഷ്യർക്കും
വിഭവാഃ	-	ഉപകരണങ്ങൾ
സർവ്വകാഞ്ചനാഃ	-	എല്ലാം സ്വർണ്ണം
ന ശക്യാഃ	-	ആക്കാനാവില്ല
സുവർണ്ണരത്നൈഃ തു	-	സ്വർണ്ണംകൊണ്ടും രത്നംകൊണ്ടുമൊന്നും
മുകുടാഃ ഭൂഷണാനി വാ	-	കിരീടങ്ങളും ആഭരണങ്ങളും
ന ഇഷ്ടാഃ	-	ഇഷ്ടങ്ങളുമല്ല

മനുഷ്യർ പ്രയോജനപ്പെടുത്തേണ്ട ഈ നാട്യപദ്ധതിയിൽ എല്ലാ തരത്തിലുള്ള ഉപകരണങ്ങളും സ്വർണ്ണംകൊണ്ട് നിർമ്മിക്കാൻ അവർക്കാകില്ല. മാത്രവുമല്ല, സ്വർണ്ണംകൊണ്ടും രത്നംകൊണ്ടും ഉള്ള കിരീടങ്ങളും ആഭരണങ്ങളും ഇവിടെ ആവശ്യവുമില്ല താനും.

യുദ്ധേ നിയുദ്ധേ നൃത്തേ വാ
ദൃഷ്ടിവ്യാപാരകർമ്മണി
ഗുരുഭാരാവസന്നസ്യ
സ്വേദോ മൂർച്ഛാ ച ജായതേ. 201

യുദ്ധേ	-	യുദ്ധത്തിൽ
നിയുദ്ധേ	-	മുഷ്ടിയുദ്ധത്തിൽ
നൃത്തേ വാ	-	നൃത്തത്തിലും
ദൃഷ്ടിവ്യാപാരകർമ്മണി	-	ദൃഷ്ടിഭേദങ്ങൾ അഭിനയിക്കേണ്ടിവരുമ്പോഴും
ഗുരുഭാരാവസന്നസ്യ	-	വലിയ ഭാരംകൊണ്ട് ക്ഷീണിച്ചുപോകുന്നവന്

സ്വേദഃ മൂർച്ഛാ ച - വിയർപ്പും ബോധക്കേടും
ജായതേ - ഉണ്ടാകുന്നു

യുദ്ധം, മുഷ്ടിയുദ്ധം, നൃത്തം, ദൃഷ്ടിഭേദങ്ങൾ എന്നിങ്ങനെയുള്ള കാര്യങ്ങൾ അഭിനയിക്കുമ്പോൾ വളരെ ഭാരംകൂടിയ മുകുടങ്ങളും ആഭരണങ്ങളും അണിഞ്ഞാൽ അതിന്റെ ഭാരംകൊണ്ട് നടന് വിയർപ്പും അതുപോലെ ബോധക്കേടും ഉണ്ടായേക്കാം.

സ്വേദമൂർച്ഛക്ലമാർത്തസ്യ
പ്രയോഗസ്തു വിനശ്യതി
പ്രാണാത്യയഃ കദാചിച്ച
ഭവേദ്വായതചേഷ്ടയാ. 202

സ്വേദമൂർച്ഛക്ലമാർത്തസ്യ - വിയർപ്പ്, ബോധക്ഷയം, ക്ഷീണം എന്നിവ ഉണ്ടാകുന്നവന്
പ്രയോഗഃ വിനശ്യതി - അഭിനയം തന്നെ നശിക്കുന്നു
ആയതചേഷ്ടയാ - അത്യദ്ധ്വാനം ചെയ്ത് പ്രവർത്തിച്ചാൽ
കദാചിത് - ചിലപ്പോൾ
പ്രാണാത്യയഃ ച ഭവേത് - ജീവഹാനിയും ഉണ്ടാകാം

വിയർപ്പ്, ബോധക്കേട്, ക്ഷീണം എന്നിവ ഉണ്ടാവുകയാണെങ്കിൽ നടന് വേണ്ടവിധത്തിൽ അഭിനയിക്കാൻ സാധിക്കില്ല. വളരെ കഷ്ടപ്പെട്ട് അതിൽ പ്രവർത്തിക്കുകയാണ് എങ്കിൽ ചിലപ്പോൾ അയാൾക്ക് ജീവഹാനിപോലും സംഭവിച്ചേക്കാം.

തസ്മാത്താമ്രമയൈഃ പത്രൈ
രഭ്രകൈരഞ്ജിതൈരപി
ഭാണ്ഡൈരപി മധൂച്ഛിഷ്ടൈഃ
കാര്യാണ്യാഭരണാനി തു. 203

തസ്മാത് - അതുകൊണ്ട്
താമ്രമയൈഃ പത്രൈഃ - ചെമ്പുതകിടുകൾകൊണ്ട്
അഞ്ജിതൈഃ - മനോഹരമാക്കിയ
അഭ്രകൈഃ അപി - അഭ്രപ്പൊളികൾകൊണ്ടും
ഭാണ്ഡൈഃ അപി - തൊണ്ടുകളെക്കൊണ്ടും
മധൂച്ഛിഷ്ടൈഃ - മെഴുകുകൊണ്ടും
ആഭരണാനി കാര്യാണി - ആഭരണങ്ങൾ ഉണ്ടാക്കണം

അതുകൊണ്ട് ചെമ്പുതകിടുകൾ, നിറംപിടിപ്പിച്ച അഭ്രപ്പൊളി, തൊണ്ട്, മെഴുക് തുടങ്ങിയവ ഉപയോഗിച്ച് കനം കുറഞ്ഞ തരത്തിൽ ആഭരണങ്ങൾ ഉണ്ടാക്കേണ്ടതാണ്.

ഏവം ലോകോപചാരേണ
സ്വബുദ്ധിവിഭവേന ച
നാട്യോപകരണാനീഹ
ബുധഃ സമ്യക് പ്രയോജയേത്. 204

ഏവം - ഇപ്രകാരം

ലോകോപചാരേണ - നാട്ടുനടപ്പ് നോക്കിയും
സ്വബുദ്ധിവിഭവേന ച - തന്റെ ബുദ്ധികൊണ്ട് ചിന്തിച്ചും
ഇഹ - ഇവിടെ
ബുധഃ - അറിവുള്ളവൻ
നാട്യോപകരണാനി - നാട്യത്തിനുവേണ്ട ഉപകരണങ്ങൾ
സമ്യക് പ്രയോജയേത് - ശരിയായി പ്രയോഗിക്കണം

ഇങ്ങനെ ലോകത്തുള്ള കാര്യങ്ങൾ നിരീക്ഷിച്ചറിഞ്ഞും തന്റെ ബുദ്ധികൊണ്ട് ആലോചിച്ചുറപ്പിച്ചും ഇക്കാര്യത്തിൽ പ്രവർത്തിക്കുന്ന വിദ്വാന്മാർ നാട്യത്തിനുവേണ്ട ഉപകരണങ്ങൾ ശരിയായി ഉപയോഗിക്കേണ്ടതാണ്.

ന ഭേദ്യം നൈവ ച ഛേദ്യം
ന പ്രഹർത്തവ്യമേവ ച
രംഗേ പ്രഹരണൈഃ കാര്യം
സംജ്ഞാമാത്രം തു കാരയേത്. 205

രംഗേ - രംഗത്ത്
പ്രഹരണൈഃ - ആയുധങ്ങളെക്കൊണ്ട്
ന ഭേദ്യം - പിളർക്കരുത്
ന ച ഛേദ്യം - മുറിക്കുകയുമരുത്
ന ച പ്രഹർത്തവ്യം കാര്യം - പ്രഹരിക്കുന്നതും ചെയ്യരുത്
സംജ്ഞാമാത്രം തു - ആംഗ്യങ്ങളെക്കൊണ്ടുമാത്രം
കാരയേത് - ചെയ്യേണ്ടതാണ്

അഭിനയവേദിയിൽ ആയുധങ്ങളെക്കൊണ്ട് പിളർക്കുകയോ മുറിക്കുകയോ അടിക്കുകയോ ഒന്നും ചെയ്യരുത്. ഇക്കാര്യങ്ങൾ കേവലം ആംഗ്യങ്ങളിലൂടെ മാത്രം പ്രദർശിപ്പിക്കേണ്ടതാണ്.

അഥവാ യോഗശിക്ഷാഭിർ
വിദ്യാമായാകൃതേന ച
ശസ്ത്രമോക്ഷഃ പ്രകർത്തവ്യോ
രംഗമദ്ധ്യേ പ്രയോക്തൃഭിഃ. 206

അഥവാ - അല്ലെങ്കിൽ
യോഗശിക്ഷാഭിഃ - യോഗസിദ്ധികൊണ്ട്
വിദ്യാമായാകൃതേന വാ - മായാജാലവിദ്യകൊണ്ടും
പ്രയോക്തൃഭിഃ - പ്രയോഗിക്കുന്നവരാൽ
രംഗമദ്ധ്യേ - രംഗവേദിയിൽ
ശസ്ത്രമോക്ഷഃ - ആയുധപ്രയോഗം
പ്രകർത്തവ്യഃ - ചെയ്യാവുന്നതാണ്

അല്ലെങ്കിൽ യോഗസിദ്ധികൊണ്ടോ മായാജാലാദി വിദ്യകൾ കൊണ്ടോ രംഗത്ത് ആയുധപ്രയോഗം അവതരിപ്പിക്കാവുന്നതാണ്.

ഏവം നാനാപ്രകാരൈസ്തു
ആയുധാഭരണാനി ച
നോക്താനി യാനി ച മയാ
ലോകാത് ഗ്രാഹ്യാണി താന്യപി. 207

ഏവം	-	ഇപ്രകാരം
ആയുധാഭരണാനി ച	-	ആയുധങ്ങളും ആഭരണങ്ങളും
നാനാപ്രകാരൈഃ തു	-	പല പ്രകാരത്തിലുണ്ട്
യാനി ച	-	ഏതൊക്കെയാണോ
മയാ നോക്താനി	-	എന്നാൽ പറയപ്പെടാത്തത്
താനി അപി	-	അവയെല്ലാം
ലോകാത് ഗ്രാഹ്യാണി	-	ലോകത്തിൽനിന്നും ഗ്രഹിക്കേണ്ട താണ്

ഇങ്ങനെ പലതരത്തിലുള്ള ആയുധങ്ങളെയും ആഭരണങ്ങളെയും കുറിച്ച് ഞാൻ ഇവിടെ പറഞ്ഞുകഴിഞ്ഞു. പറയാത്തതായി കാണുന്നതിനെയെല്ലാം ലോകത്തിൽനിന്നും കണ്ട് മനസ്സിലാക്കേണ്ടതാണ്.

ആഹാര്യാഭിനയോ ഹ്യേഷ
മയാ പ്രോക്തഃ സമാസതഃ
അത ഊർദ്ധ്വം പ്രവക്ഷ്യാമി
സാമാന്യാഭിനയം പ്രതി. 208

ഏഷ ആഹാര്യാഭിനയഃ	-	ഈ ആഹാര്യാഭിനയത്തെ
മയാ സമാസതഃ പ്രോക്തഃ	-	എന്നാൽ ചുരുക്കി പറയപ്പെട്ടു
അത ഊർദ്ധ്വം	-	ഇതിനുശേഷം
സാമാന്യാഭിനയം പ്രതി	-	സാമാന്യാഭിനയത്തെക്കുറിച്ച്
പ്രവക്ഷ്യാമി	-	പറയാം

ഈ അദ്ധ്യായത്തിൽ ആഹാര്യാഭിനയത്തെക്കുറിച്ച് ചുരുക്കി പറഞ്ഞു കഴിഞ്ഞു. ഇനി സാമാന്യാഭിനയത്തെക്കുറിച്ച് പറയാം.

ഇങ്ങനെ ഭരതമുനിയുടെ നാട്യശാസ്ത്രത്തിൽ
ആഹാര്യാഭിനയം എന്ന ഇരുപത്തിമൂന്നാം അദ്ധ്യായം

9 789389 410181

Printed by Libri Plureos GmbH in Hamburg,
Germany